சிறந்த பிரசங்கம் மற்றும் திறமையான தலைமைத்துவத்திற்கான வழிகாட்டி நூல்

A Guide to Proficient Preaching and Efficient Leadership

சிறப்பாக பிரசங்கிக்க பிரசங்கியாருக்கு
மற்றும் கிறிஸ்தவ தலைவருக்கு உதவும்
பல பயனுள்ள குறிப்புகள்.

ஆசிரியர்
Rev. Dr. கிளாக்ஸன் ஜேம்ஸ்

திறமையான பிரசங்கம் மற்றும்
சிறந்த தலைமைத்துவத்திற்கான வழிகாட்டி நூல்
A Guide to Proficient Preaching and Efficient Leadership

முதல் பதிப்பு	:	மே 2024
உரிமை & பதிப்பகத்தார்	:	கிளாக்ஸன் ஜேம்ஸ்
வெளியீடு	:	Shine and Hope Enterprises

புத்தகம் தேவைப்படுவோர்
தொடர்புகொள்ள வேண்டிய முகவரி:

PASTOR GLAXON JAMES
SHINE MINISTRIES
No.40, Padasalai Street, Poonjeri, Mamallapuram-603 104.
Tamilnadu, INDIA.

📞 +91 98840 17192 / 94443 17192   f james.glaxon

✉ jdglaxon@gmail.com   📞 +91 98840 17192

🌐 shineministries.in   jdglaxon

AUTHOR'S OTHER BOOKS:

கிறிஸ்தவமும்
பிற சமயங்களும் - தமிழ்

Christianity and
Other Religions - English

அணிந்துரை

PASTOR C. DAVIS
Tamil Bible Research Publisher

புதிய ஏற்பாட்டில் மாற்கு நூலை Running Commentary என்பர்.
அது போல் Rev.Dr.கிளாக்ஸன் ஜேம்ஸ் அவர்கள்
எழுதிய இந்த இரண்டாம் நூலான
" சிறந்த பிரசங்கம் மற்றும் திறமையான
தலைமைத்துவத்திற்கான வழிகாட்டி நூல்"
அவ்வித பாணியில் அமைந்துள்ளது.

சில நூல்கள் பத்திபத்தியாக எழுதி ஒருவித அயற்ச்சியை
உண்டாக்கும். ஆனால் இந்த நூல் அவ்வித
அயர்ச்சியைத் தராமல் ஓர் உற்சாகத்தைத் தருகிறது.
காரணம் ஆசிரியர் கையாண்டுள்ள "குறிப்பு முறை".

எது தேவையோ அவற்றை ரத்தின சுருக்கமாக
எடுத்துரைத்து நூலினை வாசிக்கும் போக்கினை
மென்மேலும் விறுவிறுப்பாக்குகிறார்.

இறையியல் மாணவர்கள் ஒவ்வொருவரின்
கையிலும் தவழ வேண்டிய ஓர் வழிகாட்டி நூல்.

Rev.Dr. கிளாக்ஸன் ஜேம்ஸ் அவர்கள் கன்னியாகுமரி மாவட்டம், அழகியபாண்டியபுரம் பேரூராட்சிக்கு உட்பட்ட, எட்டாமடை என்ற கிராமத்தை சார்ந்தவர். தன் சிறுவயதிலேயே தகப்பனாரால் கைவிடப்பட்டவர். தன் தாயின் கடின உழைப்பாலும், உறவினர்களின் அரவணைப்புடன், கடவுளின் அருளால் தன் வாழ்வில் உயர்வை அடைந்தவர்.

தனது பள்ளி படிப்பை முடித்து, இயந்திர பட வரைவாளர் (Draughtsman Mechanical - NCVT) என்ற மத்திய அரசின் இரண்டு வருட தொழிற் படிப்பை முடித்தார். இவர் சமுதாய பணியிலும், இறைபணியிலும் முழு ஈடுபாடு கொண்டவர். ஆதரவற்ற நிலையில் வளர்க்கப்பட்ட தன் சிறுவயதின் கசப்பான அனுபவங்கள் தான் அவரை பின் நாட்களில் பிறருக்கு உதவவும் பல ஆதரவற்ற குழந்தைகளின் நலனுக்காக தனது ஆதரவு கரத்தை நீட்டவும் காரணமாயிற்று. இவரது சேவையை பாராட்டி பல தேசிய மற்றும் சர்வதேச விருதுகள் வழங்கப்பட்டுள்ளன.

இவரின் வாலிப நாட்களில் காணப்பட்ட பாவ வாழ்க்கையின் காரணமாக வீட்டைவிட்டு வெளியேற்றப்பட்டார். அதன் விளைவாக சமாதானமின்றி சில முறை தற்கொலைக்கு முயன்றார். கடவுள் கிருபையால், 24.03.1991 அன்று ஓர் கிராம போதகர் வழியாக எரேமியா 18:1-10 ஆகிய வசனங்களினால் தொடப்பட்டு, பாவமன்னிப்பின் நிச்சயத்தைப் பெற்று, முழுநேர இறை பணிக்கான அழைப்பையும் பெற்று 05.04.1992 அன்று ஞானஸ்நானம் பெற்றுக்கொண்டார். பின்னர் கிறிஸ்துவுக்குள் தன்னை வழிநடத்தின தனது ஆவிக்குரிய தகப்பனாரின் வழிகாட்டுதலின்படி B.Th., B.D., M.Div., போன்ற இறையியல் படிப்பை படித்து, அவரின் கிராம சபையில் முறையான ஊழிய பயிற்சி பெற்றார். 2007-ல் Shine Ministries என்ற ஊழிய ஸ்தாபனத்தை

நிறுவி, செங்கல்பட்டு மாவட்டம், மாமல்லபுரம் அருகே உள்ள பூஞ்சேரி என்ற கிராமத்தில் தன் மனைவி மற்றும் மூன்று குழந்தைகளுடன் திருச்சபை பணியும், வேதாகம கல்லூரிகளில் பேராசிரியராகவும் இறைப்பணி செய்து வருகிறார்.

திரியேக கடவுளுக்கே எல்லா
துதியும், கனமும், புகழும் உண்டாவதாக.

இப்புத்தகத்தை எழுதும்படி என்னை உணர்த்திய
கடவுளின் கிருபைக்காக கோடான கோடி
ஸ்தோத்திரங்களை செலுத்துகிறேன்.

" சிறந்த பிரசங்கம் மற்றும் திறமையான
தலைமைத்துவத்திற்கான வழிகாட்டி நூல்"
என்ற இப்புத்தகத்தில் குறிப்பிடப்பட்டுள்ள
பெரும்பாலான விவரங்களை பல ஆண்டுகளாக பல
இறையியல் கல்லூரி மாணவர்களுக்கும், முழு நேர மற்றும்
பகுதி நேர ஊழியர்களுக்கும் கற்றுக்கொடுக்க கடவுள்
கிருபை கொடுத்தார். இவைகள் அனைத்தும் அனைவருக்கும்
பிரயோஜனமாய் இருந்ததைக் கண்டு கர்த்தருக்குள்
களிகூறுகிறேன். கடவுளின் கிருபையாலும் பரிசுத்த
ஆவியானவரின் ஏவுதலாலும் இப்புத்தகம் எழுத
கடவுள் மேலான கிருபைகளை அளித்தார். அதற்காய்
என் கடவுளும், ஆண்டவரும், என் ஆத்தும
இரட்சகருமாகிய இயேசு கிறிஸ்துவை
ஸ்தோத்தரிக்கிறேன்.

கிறிஸ்துவைப் பின்பற்றுகிற மற்றும் கிறிஸ்துவை
அறிவிக்கிற ஒவ்வொரு பிரசங்கியாரும் தங்கள்
வார்த்தையிலும், செய்கையிலும் வல்லவர்களாகி
எவ்வாறு கிறிஸ்துவை இவ்வுலகிற்கு பிரதிபலிப்பது
என்பதை இப்புத்தகத்தில் இருபகுதிகளாகக் காணலாம்.

முதல் பகுதியில்

இயேசு கிறிஸ்துவின் இரத்தத்தினால் மீட்கப்பட்ட ஒவ்வொரு மனிதனும் தொடர்ந்து பரிசுத்தமாக்கப்பட வேண்டியது அவசியமாகும். அவ்வாறு ஒருவர் பரிசுத்தமாக்கப்பட மிகவும் அவசியமானது கடவுளின் வார்த்தை ஆகும். (யோவான் 17:17)

இதனையே இயேசு கிறிஸ்துவும், **"சத்தியத்தையும் அறிவீர்கள், சத்தியம் உங்களை விடுதலையாக்கும்"** என்றார். **(யோவான் 8:32)**

அப்படியானால் மனிதனை பாவம், சாபம் மற்றும் பிரச்சனைகளின் வல்லமைகளிலிருந்து விடுவிக்க வேண்டுமானால் சத்தியமாகிய கடவுளுடைய வார்த்தை மிக அவசியமாகும்.

கடவுளின் வார்த்தையே கடவுளாக இருந்தது என்றும், அந்த வார்த்தை மாம்சமாகி கிருபையினாலும் சத்தியத்தினாலும் நிறைந்தவராய், நமக்குள்ளே வாசம் பண்ணினார் என்றும் (யோவான்.1:1,14) சத்தியம் என்பது இயேசு கிறிஸ்துவே என்றும் பரிசுத்த வேதாகமம் நமக்கு தெளிவாக விளக்குகிறது.

ஆகவே தான் இயேசு கிறிஸ்து **" ... நானே வழியும், சத்தியமும், ஜீவனுமாயிருக்கிறேன்; என்னாலேயல்லாமல் ஒருவனும் பிதாவினிடத்தில் வரான்"** என்றார். **(யோவான் 14:6)**

மனுக்குலத்தை விடுதலையாக்கக்கூடிய, பரிசுத்தமாக்கக்கூடிய சத்தியமாகிய இயேசு கிறிஸ்துவை நாம் மிகச்சிறப்பான முறையில் இவ்வுலகிற்கு அறிவிக்க கடமைப்பட்டிருக்கிறோம். மேலும், இது இயேசுகிறிஸ்துவின் பிரதான கட்டளை ஆகும். (மத்.28:18-20)

இதனை எவ்வாறு சிறப்பாகச் செய்வது என்று இதன் முதல் பகுதியில் காணலாம்

இப்புத்தகத்தின்

இரண்டாம் பகுதியில்

அநேக கிறிஸ்தவ தலைவர்கள் மற்றும் கிறிஸ்தவ ஸ்தாபனங்கள் அடுத்தநிலை தலைவரை உருவாக்க தவறியதின் காரணமாக, சிறப்பாக செயல்பட்ட ஊழியங்கள் பல இன்று செயலற்று, பாழடைந்து இருப்பது நம் கண்களுக்கு கண்ணீரையும், வேதனையும் வரவழைக்கிறது. எனவே, இதை தவிர்க்க வேண்டுமானால் கண்டிப்பாக நாம் அடுத்தநிலை தலைவரை உருவாக்கியே ஆக வேண்டிய கட்டாயத்தில் காணப்படுகிறோம்.

அடுத்தநிலை தலைவரை உருவாக்க முயற்சிக்கும்போது அதினால் ஏற்படும் இழப்புகள், தியாகங்கள் அனைத்திற்கும் நம் பரலோகத்தின் தேவாதி தேவனால் நிச்சயம் நமக்கு பலன் உண்டு. எனவே, சோர்ந்து போகாமல், இழப்புகளை பற்றி சிந்திக்காமல் கிறிஸ்துவின் சிந்தையுடன் அடுத்தநிலை தலைவர்களை நாம் உருவாக்குவது எவ்வாறு என்றும் நாம் ஓர் திறமையான தலைவராக செயல் ஆற்றுவது எவ்வாறு என்றும் இதன் இரண்டாம் பகுதியில் காணலாம்.

இந்த புத்தகத்தில் விவரிக்கப்பட்டுள்ள இரண்டு தலைப்புகளிலும், இன்னும் ஒரு மாணவனாக நானும் கற்றுக் கொண்டேதான் இருக்கின்றேன் என்று கூறிக்கொள்வதில் மிகவும் மகிழ்ச்சி அடைகிறேன். மேலும் இப்புத்தகத்தை வாசிக்கிற அனைவருக்கும் என் நன்றிகளை தெரிவிக்கிறேன்.

கர்த்தர்தாமே நம் அனைவரையும் ஆசிர்வதித்து அவருடைய மகிமைக்காய் நம்மை பயன்படுத்துவாராக. ஆமென்.

கிறிஸ்துவின் பணியில்,
போதகர் **கிளாக்ஸன் ஜேம்ஸ்**
(Pastor Glaxon James)

கிறிஸ்துவுக்காக எவ்வாறு சிறப்பாக பேச வேண்டும்

How to be an Effective Communicator for Christ

" ... அவர் வேதபாரகரைப்போல் போதியாமல், அதிகாரமுடையவராய் அவர்களுக்கு போதித்தபடியால், ஜனங்கள் அவருடைய போதகத்தைக்குறித்து ஆச்சரியப்பட்டார்கள் ".
(மத்.7:28,29)

பகுதி-1
பொருளடக்கம்

முன்னுரை

இயேசுகிறிஸ்து இறைவார்த்தையை மக்களுக்கு பிரசங்கித்த முறை எல்லா ஜனங்களும் ஆச்சரியப்படும் வகையில் காணப்பட்டது. (மத்.7:28,29)

கடவுள் முன்பாகவும் எல்லா மக்கள் முன்பாகவும் இயேசுகிறிஸ்து வார்த்தையிலும், செய்கையிலும் வல்லவராகக் காணப்பட்டார். (லூக்கா 24:19)

அவ்வாறே, பழைய ஏற்பாட்டு காலத்தில் வாழ்ந்த தீர்க்கதரிசி மோசேயும் வார்த்தையிலும், செய்கையிலும் வல்லவனாக காணப்பட்டான் என அப்.7:22 கூறுகிறது. கிறிஸ்துவைப் பின்பற்றுகிற மற்றும் கிறிஸ்துவின் வார்த்தையை பிரசங்கிக்கிற ஒவ்வொருவரும் தங்கள் வாழ்க்கையின் எல்லா சூழ்நிலையிலும் வார்த்தையிலும், செய்கையிலும் வல்லவர்களாக காணப்படவேண்டியது மிகவும் அவசியமான ஒன்றாகும்.

ஆதித்திருச்சபையில் பந்தி விசாரணை செய்ய நியமிக்கப்பட்டவர்களுக்கு ஞானம், நற்சாட்சி, விசுவாசம், பரிசுத்த ஆவியின் நிறைவு போன்ற தெய்வீக குணங்கள் தேவைப்படுமொனால் (அப்.6:1-6) கடவுளின் வார்த்தையை போதிப்பவர்கள் அதைவிட இன்னும் மேலான சிறப்பு குணங்கள் கொண்டவர்களாகவும், போதக சமர்த்தர்க- ளாகவும் அல்லது சிறப்பான பிரசங்கிகளாகவும் காணப்பட வேண்டியது அதிமுக்கியமாகும். (1 தீமோ.3:2; 2 தீமோ.2:24)

பரிசுத்த மனிதர்கள் பரிசுத்த ஆவியினாலே ஏவப்பட்டு எழுதப்பட்ட பரிசுத்த எழுத்துக்களை பரிசுத்த ஆவியானவரின் வெளிப்பாட்டுடன் மிகச்சரியாகவும், மிகத் தெளிவாகவும் பிரசங்கிக்க வேண்டியது ஒவ்வொரு பிரசங்கியின் மிக முக்கியமான பணியாகும். (1 பேதுரு.1:21; 2 தீமோ.3:15-17) ஒரு பிரசங்கி இதைச் செய்ய தவறும்போதுதான் பல தவறான உபதேசங்கள் உருவாக காரணமாகின்றன.

எனவே, கிறிஸ்துவின் வார்த்தையை எவ்வாறு சரியாக பிரசங்கிப்பது எனவும், பிரசங்கியாருக்கான அடிப்படை தகுதிகள் என்ன என்பது குறித்தும் நாம் இப்பகுதியில் காணலாம்.

போதகர். கிளாக்ஸன் ஜேம்ஸ்

1. கிறிஸ்துவின் வார்த்தையை பிரசங்கிக்கிற ஒவ்வொருவருக்கும் தேவையான மூன்று அடிப்படை பண்புகள்

- ✔ **கடவுளின் அழைப்பு**
  (Ready to Hear the Call of God)
- ✔ **கடவுளின் அபிஷேகம்**
  (Ready to Receive the Anointing of God)
- ✔ **கடவுளிடம் அர்ப்பணித்தல்**
  (Ready to Obey the Call of God)

1.1. அழைப்பு

மூன்று வகையான அழைப்பை குறித்து இங்கு நாம் சுருக்கமாக காணலாம் :

1.1.1.) பொதுவான அழைப்பு : (General Call / Universal Call)

ஒருவரும் கெட்டுப்போய் விடக்கூடாது என கடவுள் விரும்பி அனைவரையும் தம் பக்கமாக அழைப்பது கடவுளின் பொதுவான அழைப்பு ஆகும். (மத்.11:28-18; 14:6; யோவா.3:16; 2பேது.3:9) இந்த அழைப்பை ஏற்று, கீழ்படிந்து கிறிஸ்துவண்டை வந்தவர்கள், இன்று கிறிஸ்துவின் திருச்சபையில் பாவமன்னிப்பு பெற்று சாதாரண விசுவாசிகளாக (அங்கத்தினர்களாக) காணப்படுகின்றனர்.

1.1.2.) சிறப்பு அழைப்பு : (Special Call)

இவ்வித சிறப்பு அழைப்பை பெற்றவர்கள், தனி நபராகவோ அல்லது முழு குடும்பமாகவோ கடவுளுக்கும் அவரின் இறைபணிக்கும் முழு நேரமாகவோ அல்லது பகுதி நேரமாகவோ தங்கள் செல்வம், செல்வாக்கு, நேரம், பணம், ஜெபம் என பலவகைகளில் தாராளமாகவும், தன்னார்வமாகவும் கடவுளுக் - கென்று தங்களை அர்ப்பணித்தவர்கள்.

இத்தகைய சிறப்பு அழைப்பு பெற்றவர்கள் மட்டுமே சிறுவர் ஊழியம், வாலிபர் ஊழியம், முதியோர் ஊழியம், விதவைகள்

மற்றும் ஆதரவற்றோர் ஊழியம், மருத்துவமனை ஊழியம், ஜெப ஊழியம், கைப்பிரதி ஊழியம், மிஷனரி ஊழியம், போன்ற பல்வேறு ஊழியங்களை தாங்க தங்களை ஈடுபடுத்திக் கொள்வர்.

1.1.3.) குறிப்பிட்ட இறைப்பணிக்கான அழைப்பு:
(A Specific Call to Ministry)

எபேசியர் 4:11 முதல் 13 வரை உள்ள வசனங்களில் குறிப்பிடப்பட்டிருப்பது போல் கடவுள் சிலரை அப்போஸ்தலர்களாக, தீர்க்கதரிசிகளாக, சுவிசேஷகர்களாக, மேய்ப்பர் போதகர்களாக இந்த குறிப்பிட்ட இறைபணியை செய்வதற்காக அழைப்பு கொடுக்கிறார். இவ்வித குறிப்பிட்ட அழைப்பை பெற்றவர்கள் மட்டுமே இந்த கனமான ஊழியத்தை செய்ய முடியும் என (எபிரேயர் 5:4)-ல் வாசிக்கிறோம். சிலர் கூலிக்காக, பெயர், பதவி, புகழ் போன்ற இவ்வுலக காரியங்களுக்காக கடவுளுடைய இந்த குறிப்பிட்ட ஊழிய அழைப்பு இல்லாமல் செய்வார்களேயானால், கஷ்டம், ஆபத்து, பிரச்சனை வரும்போது அல்லது தாங்கள் எதிர்பார்த்தது நிறைவேறாமல் போகும்போது ஆடுகளை (கடவுளின் ஜனங்களை) விட்டுவிட்டு, ஏன் கடவுளையும் விட்டுவிட்டு தூரமாய் ஓடிப்போய் விடுகிறார்கள் (யோவா.10:11-15). எனினும் இவ்வித குறிப்பிட்ட அழைப்பை பெற்றவர்கள் மட்டுமே கிறிஸ்துவுக்காகவும், அவரின் மக்களுக்காகவும் தங்கள் ஜீவனையும் கொடுக்கிறார்கள்.

ஆவிக்குரிய வரங்களை (Spiritual Gifts) கடவுள், நமக்கு பரிசுத்த ஆவியானவரின் வழியாக தமது சித்தத்தின்படி பகிர்ந்து கொடுத்தாலும், நாம் நமது விருப்பத்திற்கேற்ப வரங்களை கேட்க பரிசுத்த வேதாகமம் நமக்கு அனுமதி அளிக்கிறது. (1 கொரி.12:13; 14:1,12,39; 12:1)

ஆனால், இறைபணியை செய்வதற்கான குறிப்பிட்ட அழைப்பானது (Specific Call) நமது விருப்பத்தின்-படியானது அல்ல; மாறாக இது ஒருவருக்கு கடவுளால் திட்டமிடப்பட்ட, வடிவமைக்கப்பட்ட தலைமைத்துவ ஈவு ஆகும். (God Ordained Leadership Gift)

மேலும், கடவுளால் குறிப்பிட்ட ஊழியத்திற்கான அழைப்பை (Specific Call) பெற்ற ஒருவர், தனக்கு வாழ்க்கை துணையை தெரிந்தெடுக்கும் போது, தன்னைப் போலவே இறை அழைப்பை பெற்ற ஒரு நபரை அல்லது அந்த இறை அழைப்பிற்கு முழு ஒத்துழைப்பு கொடுக்கக்கூடிய ஒரு நபரை திருமணம் செய்வதே இறைபணியில் சிறந்த பலனை கொடுக்கும்.

இவ்வாறு ஓர் இறை ஊழியரின் முழு குடும்பமும் (கணவன், மனைவி மற்றும் பிள்ளைகள்) தங்கள் வாழ்க்கையில் கடவுளின் இறை அழைப்பை உணர்ந்து, அதற்கான இறை அபிஷேகத்தை பெற்று கடவுளுக்கு தங்களை அர்ப்பணித்தல் மிக முக்கிய-மானதாகும்.

எனவே, ஒரு பிரசங்கி உலகம் முழுவதையும் ஆதாயப்படுத்திக் கொண்டாலும், தன் ஜீவனை (குடும்பத்தை) நஷ்டப்படுத்தினால் அவனுக்கு லாபம் என்ன? (மத்.16:26; மாற்.8:36; லூக்.9:25) ஆகவே ஒரு பிரசங்கி தன்னையும், தன் குடும்பத்தையும் கடவுள் பக்தியோடு விசாரித்து நன்றாய் நடத்த வேண்டியது மிகவும் கட்டாயமான ஒன்றாகும். (1 தீமோ.3:5,4,8)

கடவுளால் இந்த மேன்மையான அழைப்பை பெற்றவர்கள் சுவிசேஷ பாரம் (ஆத்துமபாரம்) உடையவர்களாகவும் (மத்.9:36; 2கொரி.5:14), சீஷத்துவபாரம் உடையவர்களாகவும் (கலா.4:19; கொலோ.1:28), சபைகளை குறித்த பாரம் உடையவர்களாகவும் காணப்படுவார்கள். (2 கொரி.11:28)

இதுதவிர, பிறரால் அல்லது தாங்களாகவே இந்த இறை பணியில், சிலர் துணிந்து செயல்படுகின்றனர். இவர்களுக்கு அழிந்து போகும் ஆத்துமாக்களைக் குறித்த ஆத்துமபாரமோ, கரிசனையோ கிடையாது.

எபே.4:11-13-ன்படி கடவுள் சிலருக்கு இவ்வித குறிப்பிட்ட அழைப்பை கொடுப்பதற்கு காரணம் என்னவெனில், சபையானது (கிறிஸ்துவின் இரத்தத்தால் பாவமன்னிப்பை பெற்று கிறிஸ்துவை பின்பற்றுகிற மக்கள் கூட்டம்) கிறிஸ்துவின் நிறைவான வளர்ச்சி அடைய வேண்டும் என்பதே ஆகும்.

   போதகர். கிளாக்ஸன் ஜேம்ஸ்

வளர்ச்சி என்பது எப்பொழுதும் ஆரோக்கியமான ஒன்றாகவே இருக்க வேண்டும். இதில் ஆரோக்கியமான வளர்ச்சி என குறிப்பிடுவது என்னவெனில், அது கடவுளுடைய நாமத்திற்கு மகிமை உண்டாக்க கூடிய மற்றும் பிறருக்கு நல்ல விளைவை ஏற்படுத்தக்கூடிய ஒன்றாகவே இருக்க வேண்டும். ஆரோக்கியமற்ற வளர்ச்சி ஆபத்தானதும், அழிவுக் கேதுவானதுமாகும்.

இவ்வாறு வளர்ச்சியில் கிறிஸ்துவின் சபையானது,

1. எண்ணிக்கையில் வளர்ச்சி (Numerical Growth)
2. கட்டமைப்பில் வளர்ச்சி (Structural Growth)
3. நிதியில் வளர்ச்சி (Economical Growth or Financial Growth)
4. ஆவிக்குரிய வளர்ச்சி (Spiritual Growth)
5. கடவுளின் ராஜ்ய வளர்ச்சி (God's Kingdom Growth)
   போன்றவற்றை உள்ளடக்கியதாகும்.

1.2.) 3 E's:

கிறிஸ்துவின் நிறைவான வளர்ச்சி என்ற இந்த தரிசனத்தை நிறைவேற்ற சபையின் இலக்கானது (Goal) முதலாவது அருட்செய்தி அறிவித்தல் (Evangelism), அருட்செய்தி மூலம் இரட்சிக்கபட்டவர்களை பக்தி விருத்தியடையச் செய்தல் (Edification) மற்றும் அவ்வாறு பரிசுத்தமாக்கபட்டவர்களை சீர் பொருந்தச் செய்தல் அல்லது முதிர்ச்சியடையச் செய்தல் (Equip) போன்றவையாகும். இதனை சுருக்கமாக 3E's எனலாம். இந்த இலக்கை சபையானது அடைய உதவுவதற்காகவே கடவுள் சிலரை திருத்தூதுவராகவும் (அப்போஸ்தலர்), சிலரை இறை வாக்குரைப்போராகவும் (தீர்க்கதரிசி), சிலரை அருட்செய்தியாளராகவும் (சுவிசேஷகர்), சிலரைச் சபை ஆயர்களாகவும் போதகர்களாகவும் (மேய்ப்பராகவும் போதகராகவும்) குறிப்பிட்ட இறைப்பணிக்கென அழைத்துள்ளார்.

மேற்காணும் ஊழியத்திற்கான 'குறிப்பிட்ட அழைப்பை' (Specific Call) பெற்றவர்கள் கடவுளின் வார்த்தையை அனைத்து மக்களுக்கும் சொல்ல /பிரசங்கிக்க கடமைப்பட்டுள்ளார்கள். எனவே கடவுள் நம்மை எதற்காக அழைத்துள்ளார் என்பதை ஒவ்வொருவரும் தம் வாழ்வில் அறிந்துகொள்ள வேண்டியதும் அதற்கு தம்மை அர்ப்பணிக்க வேண்டியதும் நமது கடமையாகும் (1 பேதுரு 2 : 9,10).

1.3.) ஊழிய அழைப்பை ஒருவர் அறிந்து கொள்வது எப்படி?

நாம் ஆராதிக்கும் நம் ஆண்டவர் இயேசு கிறிஸ்து பல வழிகளில் தம் மனுமக்களுடன் பேசுபவராக இருக்கிறார். அதெப்படியெனில், முறையான வேதவாசிப்பு, கனவு (dream - தூங்கும் போது மட்டும் பார்ப்பது), தரிசனம் (vision), இறைசத்தம், இறைசெய்தி, இறைபாடல், ஆழ் மனதில் ஏற்படும் உள்ளுணர்வு (inspiration), மேலும் சிலசமயங்களில் இவையனைத்தும் கலந்து கூட நம் கடவுள் நம்முடன் பேசுகிறார். இவ்வாறு கடவுள் நம்மிடம் பேசுவதை (அழைப்பதை) நாம் உணர பயனுள்ள மூன்று குறிப்புகளை இங்கு காண்போம்.

1.3.1.) நேரடி அழைப்பு : (The Direct Call)

கடவுள் பழைய ஏற்பாட்டில் மோசே, ஆரோன் மற்றும் பலரை அழைத்தது போலவும், புதிய ஏற்பாட்டில் இயேசுகிறிஸ்து தனது சீஷர்கள், பவுல் மற்றும் பிற அப்போஸ்தலர்களை அழைத்தது போலவும் (மத்.4:19; அப்.9 அதிகாரம்) கடவுள் சிலரை நேரடியாக அழைக்கிறார்.

1.3.2.) உள்நோக்கிய அழைப்பு : (Inward Call)

அழிந்துபோகும் ஆத்துமாக்களை குறித்த பாரம் மற்றும் கரிசனை நம் ஆழ்மனதில் இருக்கும் போது, நம் வாழ்வில் கடவுளின் திட்டம் என்ன? அடுத்து நாம் செய்ய வேண்டியது என்ன? என்பனவற்றை நம் உள்ளத்தில் அல்லது நம் ஆழ் மனதில் கடவுள் நமக்கு அதை வெளிப்படுத்துகிறார். இவ்வாறு கடவுள் நம் ஆழ்மனதில் பேசுவதை கேட்க மற்றும் உணர நாம் மிகவும் கவனமாய் எப்பொழுதும் ஆயத்தமாய் இருத்தல் வேண்டும். (ஏசா.6:8)

1.3.3.) வெளிப்புற அழைப்பு : (The External Call)

1. நாம் கடவுளிடமிருந்து வரும் நமது ஊழிய அழைப்பை உணராதிருக்கும் போது அல்லது உணர தவறும்பொழுது, நம் சபை தலைவர்கள் அல்லது ஆவிக்குரிய தகப்பன் வழியாகவும் (Mentors or Spiritual Father) நமது ஊழிய அழைப்பை அறிந்து கொள்ள முடியும்.

2. பல தொடர் நிகழ்வுகள் (Sequence of Events) நமது வாழ்வில் கடவுளின் ஊழிய அழைப்பை உறுதிப்படுத்தும்.

3. நம் தகுதிக்கும் திறமைக்கும் அப்பாற்பட்ட வகையில் கடவுளின் அருளால் வெளிப்படும் திறமைகள் (Transferrable Skills) மற்றும் நமது குணங்களில் ஏற்படும் மாற்றமும் நமது ஊழிய அழைப்பை உறுதிப்படுத்தும்.

4. கடவுள் நம்மை நடத்தி வந்த பாதைகளும், நமது அனுபவங்களும் கூட சிலவேளைகளில் நமது ஊழிய அழைப்பை உறுதி செய்யும்.

5. நாம் செய்யும் பணியின் (ஊழியத்தின்) பயனாக ஏற்படும் நல்ல விளைவுகள் கூட, நாம் அப்பணியில் அல்லது ஊழியத்தில் சிறந்து விளங்குகிறோம் என்று காட்டும். இதுவும் நமது ஊழிய அழைப்பை உறுதி செய்வதாகும்.

6. நமது வாழ்க்கையில் ஏற்படும் கடினமான நிகழ்வுகள் கூட நமது ஊழிய அழைப்பை உறுதிப்படுத்தும்.

7. நமது வாழ்க்கையில் சில சமயங்களில் நாம் சந்திக்கும் தோல்விகள் கூட நமது ஊழிய அழைப்பை உறுதிப்-படுத்துகின்றன. மோசேயின் பெலவீனத்திலும் கடவுள் தமது வல்லமையை வெளிப்படுத்தியதைப் போல், நமது பெலவீனம் மற்றும் தோல்விகள் வழியாகவும் கடவுள் நம்மை உருவாக்கி பயன்படுத்துகிறார். எனவே நாம் நமது பலத்தையோ அல்லது பலவீனத்தையோ சார்ந்திராமல் கிறிஸ்துவை மட்டுமே சார்ந்திருக்க வேண்டும். (யாத்.3:10, 4:10; 2 கொரி.12:7-9; பிலி.4:13)

8. நாம் செய்யும் பணியை (ஊழியத்தை) மனநிறைவாய் செய்ய கடவுள் நமக்கு அருள் செய்வார். மேலும் அதில் அவரும் பிரியப்படுவார். (பிலி.3:12-14)

9. கடவுள் சரியான நேரத்தில் சரியான மக்களுடன் இணைக்க சரியான பாதையில் நம்மை வழி நடத்துவார்.

10. கடவுள் நம்மை கொண்டு என்ன செய்ய சித்தமாய் (விருப்பமாய்) இருக்கிறாரோ அதற்கு நேராக நம்மை ஆயத்தப்படுத்தி, வழிநடத்தி, தகுதிப்படுத்தி அனுப்புகிறார். எனவே கடவுளின் சத்தத்தை (அழைப்பை) நம் வாழ்வில் நாம் கண்டறிந்து அதில் முன்னேறிச்செல்ல வேண்டியது நமது கடமையாகும்.

எனவே, கடவுள் தம்மை எதற்க்காக அழைத்தார் என்பதை நன்றாய் அறிந்து அந்த அழைப்புக்கு பாத்திரவான்களாய் நடந்து கொண்டு கடவுள் அழைத்த அழைப்பிலே நிலைத்திருந்து நம்மிடம் கொடுக்கப்பட்ட ஊழியத்தை, அழைப்பை நிறைவேற்ற வேண்டும். (1கொரி.7:20,24; எபே.4:1; 2தீமோ.4:5)

⟶〜〰〰〰 **1.4. அபிஷேகம்** 〰〰〰〜⟵

இயேசுகிறிஸ்துவின் காலத்தில், எருசலேம் தேவாலயத்து ஆசாரியர்கள், பிரதான ஆசாரியர்கள், மூப்பர்கள், வேதபாரகர், பரிசேயர் போன்றோர் இயேசுவை கிறிஸ்து (மேசியா) என்று அறியாதிருக்கும் போதும், உணராதிருக்கும் போதும் பிசாசுகள் இயேசுவை கிறிஸ்து என்றும் அவர் கடவுளுடைய குமாரன் என்றும் அறிந்து கூப்பிட்டபோது, அவைகள் தம்மை பிரசித்தம் பண்ணும்படி அல்லது அறிவிக்கும்படி இயேசு அவைகளுக்கு அனுமதி கொடுக்காமல் அவைகளை அதட்டினார் என்று (மத்.8:29; 9:30,31; 12:16; மாற்.5:7; 1:43-45; 3:11; 12:7:34-36; லூக்.4:41; 8:28) ஆகிய வசனங்களில் வாசிக்கிறோம்.

இயேசுவை கிறிஸ்து மற்றும் அவர் உன்னதமான கடவுளுடைய குமாரன் என்ற வெளிப்பாட்டை பெற்றிருந்த பிசாசுகளுக்கு (பிரதான ஆசாரியர்களும், வேதபாரகர்களும் அறியாதிருந்த சமயத்தில்) அவரை அறிவிக்க அனுமதி கொடுக்காமல், பாவிகளும், துரோகிகளுமாகிய நம்மை அவர் தெரிந்து கொண்டு, கிறிஸ்துவின் விலையேறப்பெற்ற இரத்தத்தால் நமது பாவங்களை மன்னித்து பிசாசுகளுக்கும், தேவதூதர்களுக்கும் கொடுக்கப்படாத அல்லது கிடைக்காத மேலான பாக்கியத்தை நமக்கு தந்தார். (1பேது.1:12) மேலும் இந்த அருட்செய்தியை பிறருக்கு அறிவிக்க கட்டளை கொடுத்து (மத்.28:18-20; 10:26) அதை செய்வதற்கு முன் உன்னதத்திலிருந்து வரும் பெலனால் (பரிசுத்த ஆவியின் அபிஷேகம்) நிரப்பப்பட அதற்கு காத்திருக்க அறிவுரை வழங்கி (லூக்கா 24:49, அப்.1:8) பின்னர் பரிசுத்த ஆவியானவரை அனுப்பினார். (அப். 2:1-11,33) எனவே, இயேசுவை கிறிஸ்து என்று பிரசங்கிக்க கடவுளால் நாம் உன்னத இறை பணிக்கென அழைக்கப்-பட்டிருக்கிறோம் என அறிந்து மிக கவனத்துடனும் அதிக

உற்சாகத்துடனும் இப்பணியை (பிரசங்கபணி) நாம் செய்ய வேண்டும் என்று கடவுள் விரும்புகிறார். (எரே.48:10)

இயேசுகிறிஸ்துவின் விலையேறப்பெற்ற இரத்தத்தால் கழுவப்படாத, பாவ மன்னிப்பு பெறாத, இரட்சிப்பின் அனுபவம் இல்லாத, பரிசுத்த ஆவியின் அபிஷேகம் பெறாத பலர் இன்று எவ்வித குற்ற உணர்வும் இல்லாமல் பரிசுத்த வேதாகமத்தை கையில் எடுத்துக்கொண்டு துணிகரமாய் போதிக்கிறார்கள். இவர்களை நோக்கி கடவுள் ' துன்மார்க்கனே' என்றும் "நீ என் பிரமாணங்களை எடுத்துரைக்கவும், என் உடன்படிக்கையை உன் வாயினால் சொல்லவும் உனக்கு என்ன நியாயமுண்டு என்றும்" சங்.50:16-ல் கேட்கிறார்.

ஆனால் கடவுளின் அழைப்பும், அபிஷேகமும் பெறாத அனேகர் வேலையின்மை, சரீர பெலவீனம், பிறரால் தவறாக வழிநடத்தப்படுதல் அல்லது பொய் தீர்க்கதரிசனத்தால் வஞ்சிக்கப்பட்டு இறைபணி செய்தல், பிறரால் அல்லது பெற்றோரால் கட்டாயப்படுத்தப்படுதல், போதகர்கள் மேல் ஏற்பட்ட மாற்று கருத்து, கோபம், எரிச்சல், பொறாமை மற்றும் உலகப் பிரகாரமான ஆசீர்வாதங்கள், செல்வாக்குகளை பார்த்து வஞ்சனையால் கவர்ந்திழுக்கப்படுதல் போன்ற பல காரணங்களால் தங்களைத் தாங்களே அபிஷேகம் பண்ணிக் கொண்டு அல்லது சில தரமற்ற ஸ்தாபனங்களால் தவறாக வழிநடத்தப்பட்டு தாங்களும் கடவுளால் அபிஷேகம் பண்ணப்-பட்டவர்களைப் போல காண்பித்து தங்களையும், தங்களை சார்ந்த மக்கள் கூட்டத்தையும் வஞ்சித்து அநேகருக்கு இடறலாக காணப்படுகிறார்கள். எனவே இப்படிப்பட்டவர்கள் தாங்கள் அதிக ஆக்கினை அடைவோம் என்று அறிந்து இப்பணியை செய்யாமல், கடவுளின் அழைப்பு மற்றும் பரிசுத்த ஆவியின் அபிஷேகத்தை பெற்று இயேசு கிறிஸ்துவை பிரசங்கிங்கிப்பது (அறிவிப்பது) சிறந்ததாகும். (யாக்.3:1)

பரிசுத்த ஆவியானவரின் அபிஷேகமின்றி இயேசுவை கர்த்தரென்று அறிவிக்க வேதம் எவரையும் அனுமதிக்கவில்லை. (1கொரி. 12:3) எனவே ஒருவர் இயேசுவை கர்த்தரென்றும்,

கிறிஸ்து (மேசியா) என்றும் பிரசங்கிக்க வேண்டுமானால், பரிசுத்த ஆவியின் அபிஷேகம் மிக அவசியம் என மேற்காணும் வசனத்தின் வழியாக நாம் அறிகிறோம்.

மேலும் ஒருவர் இயேசு கிறிஸ்துவின் அருட்செய்தியை (சுவிஷேசம்) அறிவிப்பதற்கு குறிப்பிட்ட அழைப்பு (Specific Call), சிறப்பு அழைப்பு (Special Call) தேவையில்லை-யென்றாலும், இரட்சிப்பின் பொதுவான அழைப்பு (General Call / Universal Call) ஒருவருக்கு இருக்கும்போது அவர் பரிசுத்த ஆவியின் பெலத்தோடு கிறிஸ்துவின் நற்செய்தியை அறிவிக்க வேண்டியது அவரின் கட்டாய கடமையாகும். (1கொரி.9:16)

∿∿∿∿ 1.5. அர்ப்பணிப்பு ∿∿∿∿

கடவுளின் அழைப்பையும், அபிஷேகத்தையும் பெற்ற ஒருவர் கடவுளின் சித்தத்தை உணர்ந்தவர்களாய் அதற்கு கீழ்ப்படிந்து தம்மை அர்ப்பணிக்க வேண்டும். இதில் நாம் கடவுளின் சித்தத்தை அறிய அதின் மூன்று நிலைகளை கவனத்தில் கொள்ள வேண்டும்.

1.5.1.) கடவுளின் மறைவான சித்தம்:

(இதனை கடவுளின் மாறாத சித்தம், மாற்ற முடியாத சித்தம், இரகசிய சித்தம் மற்றும் தீர்மானிக்கப்பட்ட சித்தம் என்றும் கூறலாம்.)

உபா.29:29; யோபு 23:13; சங்.115:3; ஏசா.14:27,46:10 ஆகிய வசனங்கள் அனைத்தும் கடவுளின் மாறாத சித்தத்தையும், திட்டத்தையும் நமக்கு காண்பிக்கிறது. மேலும், இதில் கடவுள் என்ன செய்ய விரும்புகிறாரோ அதையெல்லாம் அவர் செய்கிறார் என அறிகிறோம்.

மோவாபிய பெண்ணாகிய ரூத், பெத்லெகேம் ஊரானாகிய போவாசுடைய வயலில் கதிர் பொறுக்கிக்கொள்ள வந்த நிகழ்வு 'தற்செயலாய்'(ரூத்.2:3) அவளுக்கு நேரிட்டது என காணப்பட்டாலும், இது கடவுளுடைய மறைவான, வெளிப்-படுத்தப்படாத, தீர்மானிக்கப்பட்ட இரகசிய திட்டம் ஆகும். எப்படியெனில், இந்த தாவீதின் சந்ததியிலிருந்து தான் இயேசு பிறந்தார். (ரூத் 4:17-22; மத்.1; லூக்.3 அதிகாரங்கள்).

அவ்வாறே புதிய ஏற்பாட்டில் ஏரோது இறந்தபின் யோசேப்பு மரியாளையும், குழந்தை இயேசுவையும் எகிப்திலிருந்து அழைத்துவரும்பொழுது, ஏரோதுவின் மகன் அர்கெலாயுவிற்கு பயந்து யூதேயாவிலுள்ள பெத்லேகேமாகிய தன்னுடைய ஊருக்கு வராமல், மரியாளின் ஊராகிய கலிலேயாவிலுள்ள நாசரேத்துக்கு சென்ற நிகழ்வும் நமக்கு தற்செயலாய் நடந்தது போல் காணப்பட்டாலும் இவை இவ்வாறு நடக்க வேண்டும் என்பது கடவுளுடைய மாறாத தீர்மானிக்கப்பட்ட சித்தம் ஆகும். (ஓசியா 11:1; மத்.2:15)

இயேசுவும் சிலுவை மரணத்தை சந்திக்கும் முன் பிதாவாகிய கடவுளுக்கு நேராக தன் விண்ணப்பத்தை ஏறெடுத்தார். பிதாவே, உமக்குச் சித்தமானால் இந்தப் பாத்திரம் என்னை விட்டு நீங்கும்படி செய்யும்; ஆயினும் என்னுடைய சித்தத்தின்படியல்ல, உம்முடைய சித்தத்தின்படியே ஆகக்கடவது என்று ஜெபம் பண்ணினார். (லூக்கா.22:42) ஆனால் பிதாவாகிய கடவுள் குமாரனாகிய இயேசுவின் விண்ணப்பத்திற்கு பதில் கொடுக்கவில்லை. இதனால் சிலுவை மரணம் பிதாவாகிய கடவுளின் மாற்ற முடியாத சித்தம் என அறிந்த இயேசு அதற்கு தன்னை முற்றிலும் ஒப்புக்கொடுத்தார். (பிலி.2:8)

"…(இயேசு) ஒருவன் என் பின்னே வர விரும்பினால், அவன் தன்னைத் தான் வெறுத்து, தன் சிலுவையை அனுதினமும் எடுத்துக்கொண்டு, என்னை பின்பற்றக்கடவன்" என்றார். (லூக்கா 9:23) எனவே தான் கடவுள் நம்முடைய சில ஜெபங்களுக்கு பதில் தராமல், அவரின் மாறாத சித்தம் நிறைவேறும்படியாக சில கடுமையான சூழ்நிலைகளை நம் வாழ்க்கையில் அனுமதிக்கிறார். ஆகவே நாம் கடவுளின் மாறாத, மாற்ற முடியாத சித்தம் நிறைவேற நமக்கு நியமிக்கப்பட்டிருக்கிற சிலுவையை அனுதினமும் சுமக்கவே அழைக்கப்பட்டிருக்கிறோம் என அறிதல் வேண்டும்.

இவ்வாறு அனுதினமும் தன் சிலுவையை (பாரங்களை) சுமக்க முடியாமல் தடுமாறுபவர்களைத் தான் இயேசு: "வருத்தப்பட்டு பாரஞ்சுமக்கிறவர்களே! நீங்கள் எல்லாரும் என்னிடத்தில் வாருங்கள்; நான் உங்களுக்கு இளைப்பாறுதல் தருவேன்" என்றார். (மத்.11:28)

எனவே ஒருவர் தன் வாழ்க்கையில் அந்த குறிப்பிட்ட கடுமையான பாரமான சூழ்நிலைகள், கடவுளுடைய மாறாத சித்தம் என உணரும் போதுதான் அது அவருக்கு இலகுவாகவும், மெதுவாகவும் இருக்கும் என்பதை மத்.11:28-30 வரை உள்ள வசனங்களின் வழியாக நாம் அறிகிறோம்.

1.5.2.) கடவுளின் வெளிப்படுத்தப்பட்ட சித்தம்:

மத்.7:21;12:50; யோவான் 4:34 ஆகிய வசனங்களில் கடவுள் தமது சித்தம் என்ன என்று வெளிப்படுத்தியுள்ளார். கடவுளின் வெளிப்படுத்தப்பட்ட சித்தத்தை மேலும் அறிய பரிசுத்த வேதாகமத்தை முறையாகவும், முழுமையாகவும் வாசித்தல் மிக முக்கியமானதாகும்.

1.5.3.) கடவுள் அனுமதிக்கும் சித்தம்:

சில சமயங்களில் கடவுள் நம் வாழ்வில் அவரின் சித்தத்திற்கு அல்லது விருப்பத்திற்கு மாறாக சில காரியங்களை நமது சித்தத்தின்படி அனுமதிக்கிறார். அதன்படி, சில காரியங்களை கடவுள் நமக்கு அனுமதித்தாலும் அது கடவுளுடைய சித்தத்திற்கு அல்லது திட்டத்திற்கு எதிராக காணப்படுகிறது. மேலும் அவற்றை கடவுள் தமக்கு சித்தமில்லாமல் அல்லது கோபத்துடன் அனுமதிக்கிறார் என்று பிலேயாமின் சம்பவமும், இஸ்ரவேலின் ராஜாவாகிய சவுலின் சம்பவமும், எசேக்கியா ராஜாவின் விண்ணப்பமும் நமக்கு மிகத் தெளிவாக விவரிக்கின்றன.

(எண்.22:12,20,22,24; ஓசி.13:11;

2 இரா.20:1- 2; ஏசா.38,39 அதிகாரங்கள்.)

எனவே கடவுளின் அழைப்பையும், அபிஷேகத்தையும் பெற்ற ஒருவர் தன் வாழ்வில் கடவுளின் சித்தம் என்ன என்று நன்கு அறிந்து கடவுளின் சித்தத்திற்கும், திட்டத்திற்கும் தன்னை முற்றிலுமாக அர்ப்பணித்தல் வேண்டும்.

இறைப்பணியை நமது விருப்பத்தின்படியோ அல்லது பிறரின் விருப்பப்படியோ அல்ல கடவுளின் சித்தத்தின்படி மட்டுமே ஒருவர் செய்யவேண்டும். (எபே.6:6)

போதகர். கிளாக்ஸன் ஜேம்ஸ்

உலக மக்கள் பாவத்திலிருந்து விடுவிக்கப்பட்டு பாவ மன்னிப்பு பெற, இரட்சிக்கப்பட, மெய் கடவுளான இயேசு கிறிஸ்துவை தொழுதுகொள்ள, கிறிஸ்துவின் பிரதான கட்டளை நிறைவேற, உலக மக்களுக்கு சுவிஷேசம் (அருட்செய்தி)அறிவிக்க பைத்தியமாய் தோன்றுகிற பிரசங்க பணி கடவுளின் பார்வையில் மிக முக்கியமான உன்னத பணியாகும். (மத்.28:18-20; ரோம.10:13-15; 1கொரி1:17-23)

புதிய ஏற்பாட்டில் முதன் முதலாவது 'பிரசங்கம்' என்ற வார்த்தை பயன்படுத்தப்பட்டுள்ள வேதபகுதி - மத்.3:2 ஆகும்.

பிரசங்கமேடை:

- வெண்கலப் பிரசங்கபீடம் - 2நாளா.6:13
- மரத்தால் செய்யப்பட்ட பிரசங்கபீடம் - நெகே.8:4

பிரசங்கம் அல்லது பிரசங்க பீடத்தின் நோக்கமானது:

பாவத்திலிருந்து, சாபத்திலிருந்து, பிரச்சனைகளிலிருந்து மக்களை தூக்கி எடுத்து அவர்களை கிறிஸ்துவுக்குள் தேறின-வர்களாக நிறுத்துவதே ஆகும்.

2.1) சுவிசேஷம் அல்லது அருட்செய்தி என்றால் என்ன?

சுவிஷேசம் என்பது சமஸ்கிருத வார்த்தை ஆகும். இதன் தமிழ் வார்த்தை நற்செய்தி என்பதாகும். இதனை அருட்செய்தி என அழைப்பதே மிகச் சிறந்த தமிழ் ஆகும்.

2.2) நற்செய்தி அல்லது அருட்செய்தி என்பது:

1. இயேசு கிறிஸ்துவின் பாவமற்ற மனித பிறப்பு (இயேசு மனித அவதாரம் எடுத்தார் என்பது தவறான சொல் ஆகும். அதற்கு பதிலாக கடவுள் மனு உருவானார், மனு உரு ஏற்றார் அல்லது கடவுள் மனிதனானார் என்பதே சரியானதாகும்) - லூக்.1:35.

2. கிறிஸ்துவின் பாடுமரணம்
   மத்.26:28; யோவா.19:11:16; 1 பேது.3:18.

3. கிறிஸ்துவின் உயிர்த்தெழுதல்.
   யோவா.11:25; மாற்.16:6; லூக்.24:6

4. கிறிஸ்துவின் பரமேறுதல்.
   யோவா.14:28; மாற்.16:19; மத்.28:18; அப்.3:15

5. கிறிஸ்துவின் இரண்டாம் வருகை.
   1 தெச.4:16,17; மத்.25:31,46; வெளி.19:11; 20:4.

6. கிறிஸ்துவின் நித்திய நியாயத்தீர்ப்பு.
   வெளி.20:12,13.

7. நித்திய ஆக்கினை மற்றும் நித்திய ஜீவன் ஆகியவற்றை உள்ளடக்கிய இறை செய்தியே நற்செய்தி ஆகும் - மத்.25:46.

எனினும் நற்செய்தி-யில் (அருட்செய்தி) கடவுளின் சிருஷ்டிப்பு (God's creation), மனிதனின் வீழ்ச்சி (Fall of man), இயேசு கிறிஸ்துவினால் உண்டாகும் மீட்பு (Redemption - Justification - நீதிமானாக்கப்படுதல்), பரிசுத்த ஆவியானவரால் உண்டாகும் புதுப்பித்தல் (Renewal - Sanctification - பரிசுத்தமாகுதல்) மறுசீரமைப்பு (Restoration - Glorification - மகிமைப்படுதல்) போன்றவை நிறைந்துள்ளது.

அதாவது, சுவிஷேசம் என்பதை விளக்கமாக கூற வேண்டுமெனில், பாவமில்லாமல் உருவாக்கப்பட்ட (Creation) மனிதன், கடவுளின் வார்த்தைக்கு கீழ்படியாமல் பாவத்தில் விழுந்தபோது (Fall of man), மனுக்குலத்தை மீட்க (Redemption) கடவுள் இயேசு என்ற பெயரில் மனு உருவானார் (Incarnation). இவ்வாறு பிதாவின் சித்தத்திற்கு கீழ்படிந்த இயேசு கிறிஸ்துவின்

போதகர். கிளாக்ஸன் ஜேம்ஸ்

பாவமற்ற மனித பிறப்பு, பாடு மரணம், உயிர்த்தெழுதல், பரமேறுதல், இரண்டாம் வருகை, நித்திய நியாயத்தீர்ப்பு, நித்திய ஆக்கினை மற்றும் நித்திய ஜீவன் ஆகியவற்றை விசுவாசித்து ஏற்றுக்கொண்ட ஒரு நபர் பாவத்தின் தண்டனையிலிருந்து இரட்சிக்கப்படுகிறார். இதனையே இரட்சிக்கப்படுதல் (நீதிமானாக்கப்படுதல் - Justification) என்கிறோம்.

நீதிமானாக்கப்படுதல் (இரட்சிக்கப்படுதல்) என்பது, பாவத்தின் தண்டனையிலிருந்து ஒருவர் பெறும் இரட்சிப்பு அல்லது மீட்பு ஆகும்.
" Justification is Salvation from the Penalty of Sin "
- Unknown

இவ்வாறு பாவத்தின் தண்டனையிலிருந்து இரட்சிக்கப்பட்ட அல்லது நீதிமானாக்கப்பட்ட ஒருவர் அனுதினமும் தன்னை புதுப்பித்துக்கொள்ளுதல் (Renewal) அல்லது அனுதினமும் இரட்சிக்கப்படுதல் மிகவும் அவசியமான ஒன்றாகும். இதனையே நாம் பரிசுத்தமாகுதல் (Sanctification) என்கிறோம்.

பரிசுத்தமாகுதல் என்பது, பாவத்தின் வல்லமையிலிருந்து அனுதினமும் ஒருவர் பெறும் இரட்சிப்பு ஆகும்.
" Sanctification is Salvation from the Power of Sin "
- Unknown

இவ்வாறு பரிசுத்தமாக்கப்பட்ட மனிதன் துவக்க காலத்தில் (பாவமில்லாத காலத்தில்) இருந்ததைப் போல மறுசீரமைக்கப்பட (Restoration) அல்லது மனிதனின் இரட்சிப்பு பூரணமடைய, பாவமில்லாத நித்திய புனித வாழ்வு பெற, நித்திய ஜீவனை அடைய மரணம் அல்லது இயேசு கிறிஸ்துவின் இரண்டாம் வருகையின் போது பரலோகம் (மோட்சம்) சென்றடைகிறான். இதனையே மகிமைப்படுத்தப்படுதல் (Glorification) என்கிறோம்.

மகிமைப்படுத்துதல் என்பது, பாவத்தின் தன்மையிலிருந்து மற்றும் பாவத்தின் பிரசன்னத்திலிருந்து மனிதன் நிரந்தரமாய் பெறும் இரட்சிப்பாகும்.
" Glorification is Salvation from the Presence of Sin "
- Unknown

இதுவே ஒவ்வொரு மனிதனும் தன் அனுதின வாழ்வில் பெறவேண்டிய முழுமையான சுவிஷேசம், நற்செய்தி அல்லது (அருட்செய்தி) ஆகும். இவ்வாறு முழுமையான அருட்செய்தியை மற்றும் பரிசுத்த வேதாகமத்தின் முழு நிகழ்வுகளை கீழ்காணும் ஐந்து நிலைகளில் விவரிக்கலாம்.

1. கடவுளின் சிருஷ்டிப்பு (God's Creation)

2. மனிதனின் வீழ்ச்சி (Fall of Man)

3. மீட்பு (Redemption) - நீதிமானாக்கப்படுதல் (Justification)

4. பரிசுத்தமாக்கப்படுதல் (Sanctification)

5. மகிமைப்படுத்தப்படுதல் (Glorification)

2.3) அவதாரம் vs மனு உருவேற்றல்

இயேசுகிறிஸ்து மனித அவதாரம் எடுத்தார் என்பதற்கும், இயேசுகிறிஸ்து மனு உரு ஏற்றார் அல்லது இயேசு மனிதனானார் என்பதற்கும் பல வித்தியாசங்கள் உண்டு. அவை என்ன என்பதை சற்று காணலாம்.

⟋⟍⟋⟍ அவதாரம் (Avatara) ⟋⟍⟋⟍

அவதாரம் என்பது 'அவ" (Ava - downwards) மற்றும் 'தாரம்' (Tara - crossing or descent or appearance) என்ற இரண்டு சமஸ்கிருத வார்த்தையிலிருந்து வந்ததாகும். இதன் பொருள் என்னவெனில், அவதாரம் என்பது மனித கண்களுக்கு புலப்படாத, காணமுடியாத இறைவன், மனித கண்களுக்கு காட்சியளிக்கக் கூடியவகையில் தனது தெய்வீகத்தின் ஒரு பகுதியை (முழுமையாக அல்ல என்பதனை கவனத்தில் கொள்ளவேண்டும்) ஏதேனும் ஒரு மாம்சத்தில் யானை, மயில், பாம்பு, நந்தி, எலி, குரங்கு, மீன், மனிதன்..) மனிதருக்கு வெளிப்படுத்த பூமிக்கு இறங்கி வந்ததை குறிப்பது ஆகும்.

⟋⟍⟋⟍ மனு உருவேற்றல் (Incarnation) ⟋⟍⟋⟍

இயேசுகிறிஸ்து மனு உரு ஏற்றார் என்பது, Incarnatus என்ற லத்தீன் வார்த்தையிலிருந்து வந்ததாகும். மேலும் இது In (in) மற்றும் Caro (flesh) என்ற இரண்டு லத்தீன் வார்த்தை- யிலிருந்து வந்ததாகும். இதன் பொருள் 'மாம்சத்தில்' (In the flesh) என்று பொருள்படும்.

        போதகர். கிளாக்ஸன் ஜேம்ஸ்

அதாவது மனிதர்களுடைய கண்களினால் பார்க்க முடியாத கடவுள் (God), பூமியில் மக்கள் காணக் கூடிய வகையில் மாம்சத்தில் இயேசு என்ற பெயரில் மனிதனாக தன்னை வெளிப்படுத்தினார் என்பதாகும். இதுவே கிறிஸ்தவர்களின் நம்பிக்கையாகும். இதனையே கடவுள் மனு உருவேற்றல் (Incarnation) என்பர்.

2.4) அவதாரம், மனு உருவேற்றல் - ஒற்றுமைகள் மற்றும் வேற்றுமைகள் :

1. இந்து மதத்தில் தேவர்கள் (gods) மிருகங்கள், பறவைகள், மனிதர்கள் ஆகியவற்றின் மாம்சத்தில் தங்களை வெளிப்படுத்தினர்.

   கடவுள் 'இயேசு' என்ற பெயரில் மனிதனாக மட்டுமே பிறந்து, மக்களுக்கு நன்மை செய்பவராக வாழ்ந்து, கடவுளின் பாவமற்ற சிறப்பியல்புகளை தனது மாம்சமான சரீரத்தில் வெளிப்படுத்தினார். (மத்.1:18-23; யோவா.8:48)

2. பல அவதாரங்களில் வெளிப்பட்ட பல அவதார புருஷர்கள் தங்களை கடவுளின் முழு வெளிப்பாடாக இல்லாமல், தங்கள் தெய்வீகத்தின் ஒரு பகுதியை மட்டுமே மாம்சத்தில் வெளிப்படுத்தினர்.

   இயேசுகிறிஸ்து கடவுளின் பூரண வெளிப்பாடாகவே தன்னை மாம்சத்தில் வெளிப்படுத்தினார். (யோவான்.1:1-14)

3. தேவர்கள் (gods) பல்வேறு கால கட்டங்களில், அவதார புருஷர்களாக பல்வேறு மாம்சத்தில் தங்களை வெளிப்-படுத்தியுள்ளனர். மேலும் தேவர்கள் ஒருபோதும் தங்கள் முழுமையான தெய்வீகத்தைவிட்டு, முழுமையான மனிதர்களாக இப்பூமியில் அவதரித்ததை காணமுடியாது.

   இயேசுகிறிஸ்து மட்டுமே தன்னுடைய முழு தெய்வீகத்தையும் விட்டு, இந்த பூமியில் ஒரு பூரண மனிதராக பிறந்தார். இயேசுவில் பூரண தெய்வீகத் தன்மையையும், பூரண மனிதத் தன்மையும் (Hypostatic Union) இருந்தது. (பிலி.2:5-11; ரோம.6:10; எபி.7:27; 9:12,26,27,28; 10:10)

4.   அவதாரங்கள் எதுவும் வரலாற்று பூர்வமாக நிரூபிக்கப்-
     படாதவைகளாகும். மேலும் அவதாரங்கள் பற்றிய
     தகவல்கள் பல ஆண்டுகளுக்குப் பின் புராணங்களில்
     இடைச்செருகல்களாக சேர்க்கப்பட்ட தொன்மைக் கதைகள்
     (Mythology) ஆகும்.

     இயேசுகிறிஸ்துவின் பிறப்பு, பாடு மரணம், உயிர்த்தெழுதல்,
     மீண்டும் வருதல் போன்றவை பல ஆயிரம் ஆண்டுகளுக்கு
     முன்பே பல தீக்கதரிசிகளால் முன் அறிவிக்கப்பட்டதும்,
     எவரும் மறுக்க முடியாத வரலாற்று நிகழ்வும் ஆகும்.
     (ஆதி.3:15; ஏசா.7:14; 9:1.2,6,7; ஓசி.11:1; மீகா.5:2; சகரி.9:9)

5.   புராணங்களில் அவதார புருஷர்கள் தங்கள் பணி
     இப்பூமியில் முடிவடைந்ததும், மனிதர்களை விட்டு
     தங்கள் பழைய இயல்பு நிலைக்கு சென்று விடுகிறார்கள்
     அல்லது கொல்லப்படுகிறார்கள் அல்லது மரணத்தை
     சந்திக்கிறார்கள்.

     இயேசுகிறிஸ்து இந்த பூமிக்கு வந்ததின் பணி
     முடிவடைந்தாலும், அவரை ஏற்றுக்கொண்டவர்களை
     இயேசு தனியே விட்டுவிடாமல், அவர்களின் உள்ளத்தில்
     இம்மானுவேல் - ஆக (Immanuel - God with us) என்றென்றும்
     வாழ்கிறார். (மத்.1:23, 28:18-20; யோவா.14:16)

6.   அவதார புருஷருக்கு நேராக ஏறெடுக்கும் பிரார்த்தனை,
     ஆராதனை அனைத்தும் அவர்களை அனுப்பிய
     தேவர்களுக்கே போய் சேருகின்றன.

     இயேசுகிறிஸ்து ஆராதனையை ஏற்றுக்கொண்டார் என்றும்
     நமது பரிசுத்த வேதாகமம் விளக்குகிறது.
     (மத்.2:11; ஏசா.45:23; ரோம.14:11; பிலி.2:10)

7.   அவதார புருஷர்கள் இப்பூமியில் தங்கள் பணிமுடித்து
     இறந்தபின், மீண்டும் பூமிக்கு திரும்பி வரமுடியாது.

     இயேசுகிறிஸ்து மனிதர்களை இரட்சிக்க, மனிதராக
     இப்பூமியில் பிறந்தவர், மரித்து மூன்றாம் நாள்

உயிர்த்தெழுந்து அநேகருக்கு உயிருள்ளவராக காட்சி கொடுத்தார் மேலும் மீண்டும் பூமிக்கு திரும்பி வருவார். (மத்.26:64)

8. தேவர்கள் மற்றும் அவதார புருஷர்கள், மனுமக்களின் பாவத்தை மன்னிக்க அவர்களுக்கு அதிகாரம் கிடையாது. எந்த ஒரு தேவர்களும் மனுமக்களின் பாவத்தை போக்க வல்லமை படைத்தவர்களாக இருந்தார்கள் என்பதை நாம் எந்த வேதங்களிலும் பார்க்க முடியாது. மேலும் தேவர்களும், அவதார புருஷர்களும் பாவம் அல்லது அநீதி செய்பவர்களை அழிப்பதே அவர்களின் நோக்கமாக இருந்ததே தவிர, அவர்கள் பாவங்களை மன்னிக்க செயல்பட்டதாக எந்த ஒரு குறிப்பும் அவர்கள் வேதங்களில் இல்லை.

இயேசுகிறிஸ்து பாவிகளை அழிக்க அல்ல, தன்னையே பலியாக ஒப்புக்கொடுத்து மனுமக்களை பாவத்திலிருந்து இரட்சிக்கவே வந்தார். (லூக்.9:56,19:10; யோவா.10:10,12:47; 1 யோவா.1:7;6; யோவா.3:16; மத்.18:14; 2 பேது.3:9; 1 தீமோ.2:4,1:15)

3. பிரசங்கத்தை ஆயத்தம் செய்வது எப்படி ?

3.1 பிரசங்க ஆயத்தத்திற்கு தேவையானவை:

1. முதலாவது பிரசங்கியார் தனக்காகவும் இறைவார்த்தையை கேட்க இருக்கும் மக்கள் கூட்டத்திற்க்காகவும் ஜெபிக்க வேண்டியது மிகவும் அவசியமானது ஆகும்.

2. வேத பகுதியை தெரிந்தெடுக்க வேண்டும்.
(Choose the text)

பிரசங்கத்திற்க்கான வேதபகுதியை தெரிந்தெடுக்கும் முறையானது...

- முதலாவது ஜெபத்துடன், இறை வெளிப்பாடு மற்றும் இறை தூண்டுதலுடன் இறை வார்த்தையை கடவுளிடம் இருந்து பெறுதல் வேண்டும். சரியான வேதபகுதியை கடவுள் உணர்த்திக்காட்ட ஜெபிக்கவேண்டும்.

- மேற்கண்டவாறு இறை வார்த்தையை கடவுளிடமிருந்து பெறுவதற்கு இறை வார்த்தையை கேட்க இருக்கும் மக்களின் தேவை (Needs), தேடல் (Interests) மற்றும் அவர்களின் காயங்கள் (Hurts) என்ன என்பதை கடவுளின் உதவியுடன் கண்டறிதல் வேண்டும்.

- பிரசங்கியார் தனது தினசரி தியான முறையில் தான் பெற்றுக்கொண்ட வேதவசன வெளிச்சத்தின் ஆசிர்வாதங்களையும், நன்மைகளையும், பக்திவிருத்திக் கேதுவானவைகளையும் பிரசங்கிக்கலாம்.

- திருமறை வாசக பகுதி முறை: (Lectionary Method)
(மறைநூற் பகுதி திரட்டு / மறை வாசக பகுதிப் பட்டியல்)
பழைய ஏற்பாடு பகுதிகளை முறையாக வாசிக்கும்

பழக்கம் கொண்ட யூத மக்களின் வழக்கத்தின்படி ஆரம்பகால கிறிஸ்தவர்கள் முதலாவது வாரத்தின் முதல் நாளில் பழைய ஏற்பாட்டு பகுதிகளிருந்து சில வேத பகுதிகளை வாசித்து தியானித்தனர்.பின்னாட்களில் சுவிசேஷ புத்தகங்கள் மற்றும்அப்போஸ்தலர்களின் நிருபங்களிலிருந்தும் வாரத்தின் முதல் நாளில் கூடி வாசித்து தியானித்தனர். 3ஆம் மற்றும் 4ஆம் நூற்றாண்டில் பல வட்டாரங்களில் திருச்சபையில் பாட முறையாக வகுக்கப்பட்டது. 5ஆம் நூற்றாண்டின் மையப் பகுதியில் மியூஸியஸ் (Musaeus of Marseille) என்பவரால் வேதபகுதிகளை வருட முறையில் சிறப்பு பாடமுறையாக வகுக்கப்பட்டு வாசிக்கப்பட்டது. (ஏசா.61 அதிகாரம்; லூக்.4:16-21) இது முற்றிலும் வேதாகம முறையாகும். இதனை சற்று விளக்கமாக தொடர் பிரசங்கம் என்ற தலைப்பில் காணலாம்.

❯ ஒரு பிரசங்கியார் மற்றொரு பிரசங்கியாரின் ஆடியோ, வீடியோ மற்றும் புத்தகத்தின் வழியாக கேட்ட, பார்த்த, படித்த மற்றும் தனக்கு பயனுள்ளதாக இருந்த இறை செய்திகளையும் பிரசங்கிக்கலாம். ஆனால் அந்த செய்தியானது யாருடையது, அது எங்கிருந்து எடுக்கப்பட்டது போன்ற தகவல்களை முதலாவது கூறிய பின்னரே அச்செய்தியை பிரசங்கிக்க வேண்டும்.

3. தெரிந்தெடுத்த வேத பகுதியை மீண்டும் மீண்டும் வாசித்தல் வேண்டும். (Study the Context)

தெரிந்தெடுத்த வேதபகுதியின் சூழலை அறிந்து கொள்ள முயற்சிக்க வேண்டும். அதாவது புத்தகத்தின் ஆசிரியர் யார்? யாருக்கு எழுதப்பட்டது? எதற்காக எழுதப்பட்டது? எழுதப்பட்ட காலம் என்ன? எழுதப்பட்ட இடம் எங்கே? போன்றவற்றை அறிதல் வேண்டும். மேலும் ஏன், எதற்கு, யார், யாரை, எங்கு, எவ்வாறு போன்ற பல கேள்விகளையும் நமக்குள் கேட்டு அதற்கான பதிலையும் கூர்ந்து கவனித்து அறிதல் வேண்டும்.

4. தெரிந்தெடுத்த வேத பகுதியை ஆராய பகுப்பாய்வு செய்ய வேண்டும். (Analyze the Passage)

ஒரு செய்தியை பகுப்பாய்வு செய்வதற்கு பல உபகரணங்களை பயன்படுத்துவது அவசியமாகும்.

அதற்கு தேவையானவை...

- தாய்மொழியில் வேதாகமம்
- வேதாகம விளக்கவுரைகள்
- விவிலியம் (பொது மொழி பெயர்ப்பு)
- ஆய்வு வேதாகமம்
- வேதாகம அகராதிகள்
- பிறமொழியாக்க வேதாகமம்
- தரமான ஆங்கில வேதாகமம்
- வேதாகம அகராதி
- வேதாகம விளக்க உரை
- ஒத்தவாக்கியம்
- ஆங்கிலம் – தமிழ்மொழி அகராதி
- தமிழ்மொழி அகராதி
- புவியியல், கலாச்சார மற்றும் வரலாற்று பின்னனியம்
- வேதாகம வரைபடம்
- புதைபொருள் ஆராய்ச்சி தகவல்கள்
- தொல்பொருள் ஆராய்ச்சி தகவல்கள்
- மூலமொழி (எபிரேயம் மற்றும் கிரேக்கம்)

அறிந்திருத்தல் போன்ற பல...

5. பார்வையாளர்களை பகுப்பாய்வு செய்யவேண்டும்.
(Analyze the Audience)

குழந்தைகள், சிறுவர்கள், வாலிபர்கள், முதியவர்கள், இரட்சிக்கப்பட்டவர்கள், இரட்சிக்கப்படாதவர்கள், வேதாகம கல்லூரி மாணவர்கள், வேதாகம பள்ளி ஆசிரியர்கள் , வேதாகம கல்லூரி பேராசிரியர்கள், சபை மேய்ப்பர்கள், கடவுளைவிட்டு தூரமாயிருப்பவர்கள், கடவுள் மறுப்பு கொள்கையுடையவர்கள், மற்றும்

நேர்மறை சிந்தனையுடையவர்கள் - Positive Audience,

எதிர்மறை சிந்தனையுடையவர்கள் - Negative Audience,

நடுநிலை சிந்தனையுடையவர்கள் - Neutral Audience,

எவ்வித ஆர்வமும் (ஈடுபாடும்) இல்லாதவர்கள் - Dead Audience,

போதகர். கிளாக்ஸன் ஜேம்ஸ்

படித்தவர்கள், படிப்பறிவு இல்லாதவர்கள், செவிதிறன் அற்றவர்கள், விழி இழந்தவர்கள் (மாற்றுதிறனாளிகள்) போன்ற பல்வேறு நிலையில் காணப்படும் வேறுபட்ட மக்கள் கூட்டத்தை தெளிவாய் அறிந்திருத்தல் அவசியம்.

7. முக்கிய வார்த்தைகளை (Word Study) தியானித்தல் வேண்டும்.

8. தெரிந்தெடுக்கப்பட்ட வேத பகுதியோடு தொடர்புடைய வேதத்தில் உள்ள பிற வசனங்களுடன் இணைத்து பார்க்க வேண்டும்.

9. தெரிந்தெடுக்கப்பட்ட வேத பகுதி சம்பந்தமான பிற குறிப்புகளை (தகவல்களை) சேகரித்தல் வேண்டும்.

10. பிரசங்கத்திற்கு ஒரு முக்கிய திட்டவரை தயார் செய்யவேண்டும். (Outline Your Message)

> ▸ தலைப்பு
> ▸ வேதப்பகுதி
> ▸ முன்னுரை
> ▸ முக்கிய மற்றும் துணை குறிப்புகள்
> ▸ உதாரணங்கள்
> ▸ முடிவுரை
> ▸ அர்ப்பணித்தல்

4. பிரசங்கிக்கும் முன் ஜெபிப்பது ஏன் ?

- பிரசங்கத்தை ஆரம்பிக்கும் முன், தெரிந்தெடுத்த வேத பகுதியை வாசித்தவுடன் அனைவருக்கும் கேட்கும் விதத்தில் ஜெபிக்கவேண்டும்.

- ஜெபம் பேசுகிற பிரசங்கியாருக்கும், அதை கேட்கிற மக்களுக்கும் ஒரு பெரிய தாக்கத்தை ஏற்படுத்துகிறது.

- ஜெபிக்கும் போது மக்கள் ஏதோ ஒரு செய்தியை அல்லது சொற்பொழிவை கேட்பதற்கு கூடியிருப்பவர்களைப் போல் அல்லாமல் ஒரு சிறப்பு கவனத்தை தேவசெய்தியின் பக்கமாக திருப்ப ஜெபமானது உதவுகிறது.

- அது மட்டுமன்றி, வேத வசனத்திற்கு ஒரு முக்கியத்துவத்தை கொடுத்து மக்களின் கவனத்தை கடவுள் பக்கமாக திருப்பவும் ஜெபம் உதவுகிறது.

- அவ்வாறு ஜெபிக்கும் போது உடல் சுகம் மற்றும் தேவ பெலனுக்காக ஜெபிப்பது மட்டுமன்றி சத்தியத்தை தெளிவாகவும், அதிகாரத்தோடும், சகல ஞானத்தோடும், உண்மையோடும், வாஞ்சையோடும், தாழ்மையோடும், விடுதலையோடும் பிரசங்கிக்க கடவுள் கிருபை அருள ஜெபிக்கவேண்டும்.

- மக்களுக்கு எதை பிரசங்கிக்கவேண்டும் எப்படி பிரசங்கிக்கவேண்டும் என அறிந்துகொள்ள வேண்டுமானால் ஜெபம் மிக அவசியம் ஆகும்.

- ஜெப நேரத்தில் நாம் கடவுளிடம் பேசுவதுமட்டுமின்றி கடவுள் நம்மிடம் பேசுவதையும் கவனமாய் கேட்க நாம் காத்திருத்தல் வேண்டும். (யாத்.15:26; உபா.15:4)

போதகர். கிளாக்ஸன் ஜேம்ஸ்

5. பிரசங்கத்தில் வேதவசனம்

- கிறிஸ்தவ பிரசங்கம் என்பது பரிசுத்த வேதாகமத்தை பிரசங்கிப்பதே ஆகும். (2 பேது.1:21; 2 தீமோ.4:1-2)

- ஒருவர் வேதாகமத்தை பொது இடத்தில் (மக்கள் கூட்டத்தில்) வாசிப்பதாலோ, மேற்கோள் காட்டுவதாலோ அல்லது அவரது பேச்சில் வேதாகமத்தை குறிப்பிடுவதாலோ அவர் கிறிஸ்தவ பிரசங்கம் (கடவுளுடைய வார்த்தையை பிரசங்கம்) செய்கிறார் என்று அர்த்தம் அல்ல. பெரும்பாலானோர் வேதவசனத்தை தங்கள் சுயலாபத்திற்காக, மனிதர்களை மையமாக வைத்து தங்கள் சுய எண்ணத்தின்படி பிரசங்கிக்கிறார்கள். இது முற்றிலும் தவறானது. இது வேத சத்தியத்திற்கு புறம்பானதுமாகும் (உ தாரணம்: அரசியல் வாதிகள் - சங்.50:16; லூக்.4:41; 1 கொரி.12:3).

- நாம் பிரசங்கிக்கும் போது, மனிதர்களின் கருத்தை அல்ல வேத வசனத்திலுள்ள அதிகாரத்தையே பிரசங்கித்தல் வேண்டும்.

- பிரசங்கத்தை ஆரம்பிக்கும் போது வசன இருப்பிடத்தை குறைந்தது இரண்டு முறையாவது ஒலிபெருக்கியில் (இருந்தால்) கூறின பிற்பாடு மிகதெளிவாகவும், மெதுவாகவும் பொருள் உணர்ந்து வாசித்தல் வேண்டும்.

- பிரசங்கத்தை குறித்த முன்னுரையை கொடுத்த பிறகு அதற்கான வேதபகுதியை வாசிப்பதைவிட முதலாவது வசனத்தை வாசித்தலே மிகச் சிறந்த முறையாகும் .

- முற்றுப் பெற்ற வசனத்தையே திறவுகோல் வசனமாக (key Verse) தெரிந்தெடுப்பது மிக நல்லது.

- திறவுகோல் வசனத்தை வாசிக்கும் போது சபையார் எழுந்து நிற்பது மரியாதைக்குரிய செயல் ஆகும். (நெகே.8:1-6)

■ எப்பொழுதும் பிரசங்கமும் போதனையும் இணைந்தே
செல்கிறது.

■ பிரசங்கபீடத்தை உயர்தர இறையில் கலாச்சாலையைபோல
பயன்படுத்தாமல் வேத வசனத்தை அவ்வசன பின்னணி,
இலக்கணம் மற்றும் அதன் உண்மையான பொருளை மட்டும்
உணர்த்துதல் வேண்டும். ஒரு பிரசங்கத்திற்கு பின் மக்கள்
அவ்வசனத்தின் பொருளை சரியாக விளங்கிகொள்ள
முடியவில்லையெனில் அப்பிரசங்கம் வீண் ஆகும்.

■ ஒரு பிரசங்கமானது கேட்பவரது சிந்தனையை தூண்டி அவரது
குணாதிசயத்தை மாற்றக் கூடிய அளவுக்கு போதுமான
விளக்கங்களை அறிவுறுத்தக் கூடியதாக இருத்தல் வேண்டும்.

■ நமது பிரசங்கமானது, தகவல்களை மட்டும் கொடுக்க கூடிய
ஒன்றாக இல்லாமல் வசனத்தில் பொதிந்துள்ள உண்மையான
ஆவிக்குரிய சத்தியத்திற்கு மக்களை கீழ்படியப்பண்ணக்
கூடிய அல்லது விசுவாசிக்க கூடிய அளவுக்கு மக்கள் மனதை
கிறிஸ்துவின் பக்கம் திருப்பக்கூடியதாக இருத்தல் வேண்டும்.

■ ஒரு குறிப்பிட்ட வேதவசனத்திற்கு கொடுக்கப்படும்
விளக்கமானது வேறு எந்த ஒரு வசனத்தோடாவது ஒத்துப்
போகவில்லை எனில் கொடுக்கப்பட்ட விளக்கம்
தவறானதாகும்.

■ ஒரு வேதவசனத்தின் விளக்கத்தை இன்னொரு வேதவசனம்
உறுதிபடுத்துதல் என்பது அது அவ்வசனத்தின் அதிகார
பூர்வமான அங்கீகாரத்தை கொடுக்கிறது.

■ தெரிந்தெடுக்கப்பட்ட வேதபகுதியின் முன் மற்றும் பின் உள்ள
வசனங்கள் எவ்வாறு அந்த குறிக்கபட்ட வேத வசனத்தோடு
பொருந்துகிறது என பார்த்தல் வேண்டும்.

■ ஒரு வேத பகுதியின் சத்தியம், வேதம் முழுவதும் எவ்வாறு
பரவியுள்ளது என்றும் அது எவ்வாறு ஒன்றோடொன்று
தொடர்புடையது என்றும் தெரிந்து கொள்ளவேண்டும்.

 போதகர். கிளாக்ஸன் ஜேம்ஸ்

6. பிரசங்க வகைகள்

கீழ் காணப்படும் பிரசங்க முறைகளில் முதல் ஏழு வகை பிரசங்கங்கள் மட்டுமே தற்போது அதிக அளவில் உபயோகத்தில் உள்ளன. இதில் மிகச் சிறந்தது வியாக்கியானப் பிரசங்கம் (Expository Sermon) ஆகும். இதில் உருவக வகை பிரசங்கம் (Allegorical Sermon) மிக ஆபத்தானதும் தவிர்க்கப்பட வேண்டியது-மாகும். எவ்வகை கிறிஸ்தவ பிரசங்கமானாலும் அதில் கிறிஸ்து மட்டுமே உயர்த்தப்பட்டிருக்க வேண்டும்.

1. **தலைப்பு சார்ந்த பிரசங்கம் - Topical Sermon**
    இது ஒரு தலைப்பு சார்ந்த பிரசங்கம் ஆகும்.
    (அன்பு, தாழ்மை, கிருபை...)

2. **வசன பிரசங்கம் - Textual Sermon**
    இது ஒன்று அல்லது ஒன்றிற்கும் மேற்ப்பட்ட
    வேதவசனத்தை மையமாக வைத்து
    பிரசங்கித்தல் ஆகும். (யோவா.3:16...)

3. **வாழ்க்கை வரலாற்று பிரசங்கம் - Biographical Sermon**
    இது ஒருவருடைய வாழ்க்கை வரலாற்றை மையமாக
    வைத்து பிரசங்கித்தல் ஆகும். (ஆதாம், நோவா, ஆபிரகாம்...)

4. **வியாக்கியானப் பிரசங்கம் - Expository Sermon**
    வியாக்கியானப் பிரசங்கமானது ஒரு குறிப்பிட்ட வேத பகுதி
    அல்லது ஒரு அதிகாரம் அல்லது ஒரு முழுமையான புத்தகம்
    போன்றவற்றை விளக்கமாக பிரசங்கித்தல் ஆகும்.
    (மத்தேயு 4:1-11; ஆதி.3:6; 1யோவான்.2:14-17; எபே.6:10-17)

5. **விளக்கவுரை பிரசங்கம் - Exegetical Sermon**
    இது வியாக்கியானப் பிரசங்கம் போல் காணப்பட்டாலும்
    தெரிந்தெடுக்கப்பட்டுள்ள வேத பகுதியில் புதைந்து கிடக்கும்
    மறைபொருட்களுக்கு விளக்கம் கொடுத்தல் ஆகும்.
    (ஆதி.3:15; ஏசாயா.7:14; 9:6; லூக்கா 10:30-37; லூக்கா 15:8-10)

    ■ விளக்கவுரை பிரசங்கத்தை வேகமாக முடிக்க
    முயற்சிக்க கூடாது.

    ■ வேத பகுதியை மிக தெளிவாகவும், நிதானமாகவும்
    பலமுறை வாசித்தல் வேண்டும்.

- ■ பிற மொழி பெயர்ப்புகளை உபயோகிப்பதோடு ஜெபத்தோடும், வேதவசன தியானத்தோடும் அதன் சரியான பொருளை பரிசுத்த ஆவியானவரின் உதவியோடு அறிதல் வேண்டும்.

- ■ வேத வசனத்தை அதற்கு இணையான பிற வேதவசனங்களோடு பொருத்திபடிக்க வேண்டுமே தவிர துவக்கத்திலேயே விளக்கவுரைகளை பயன்படுத்துதல் தவறு.

- ■ வேத வசனத்தை வாசித்து புரிந்தவற்றை எழுதிகொள்ளவும். இலக்கணம், மீண்டும் மீண்டும் காணப்படும் சொற்கள், கேள்விகள், கருத்துகள், மனிதர்கள், இடங்கள் போன்றவற்றின் போதுமான விளக்கங்கள் பெறும்வரை தொடர்ந்து தகவல்களை சேகரித்தல் வேண்டும்.

6. **ஒப்பீடு பிரசங்கம் - Typological Sermon**
இயேசுகிறிஸ்துவை அவரின் குணாதிசயத்திற்க்கு ஒத்த இன்னொரு மனிதரோடு ஒப்பிட்டு கிறிஸ்துவை உயர்த்தி பிரசங்கித்தல் ஆகும்.
(ஆதாம், மெல்கிசேதேக், ஈசாக்கு, யோசேப்பு)

7. **உருவகப் பிரசங்கம் - Allegorical Sermon**
தெரிந்தெடுக்கப்பட்டுள்ள வேதபகுதியில் காணப்படும் உருவகங்களை ஆவிக்குரியவைகளுடன் தொடர்புபடுத்தி பிரசங்கித்தல் ஆகும். (ஏசாயா.11:1)

8. **உபதேசம் / கொள்கை சார்ந்த பிரசங்கம் - Doctrinal Sermon**
இவ்வகை பிரசங்கமானது குறிப்பிட்ட உபதேச சத்தியங்களை பிரசங்கித்தல் ஆகும்.
(இரட்சிப்பு, ஞானஸ்நானம், திரித்துவம், நகை)

9. **சமூகம் சார்ந்த பிரசங்கம் - Social Sermon**
நாம் வாழும் சமுதாயத்தில் காணப்படும் சமூக சீர்கேடுகள் குறித்த விழிப்புணர்வு உண்டாக செய்யப்படும் பிரசங்கம் ஆகும். (பெண்கள் உரிமைகள், சிறுவர் உரிமைகள், மனித உரிமைகள், மரம் வளர்த்தல், மது போன்ற போதை பொருட்களுக்கு விலகியிருத்தல்...)

10. **கதை பிரசங்கம் - Narrative Sermon**
வேதாகம நிகழ்வுகளை கதை வடிவில் கூறுதல் ஆகும். (கதாகாலட்ஷேபம், ஞாயிறு பள்ளி பாடம்...)

போதகர். கிளாக்ஸன் ஜேம்ஸ்

7. சிறப்பு நிகழ்சிகளுக்கேற்ற பிரசங்க ஆயத்தம் செய்வது எப்படி?

- சிறப்பு செய்தியாளராக அழைக்கப்பட்டிருக்கும் போது அந்த போதகரின் அழைத்த நோக்கம் அல்லது அது எவ்வகையான கூட்டம் (ஆராதனை) என்பதை அறிந்து கொண்டு ஜெபத்தோடு செய்தியை ஆயத்தம் செய்வது நல்லது. மேலும் நீங்கள் அழைக்கப்பட்ட நோக்கத்திற்கிணங்க செய்தியளிக்க வேண்டும். இது அழைப்பாளரை கௌரவிக்கும் செயலாகும். அதே வேளையில் அந்த குறிப்பிட்ட விழாவிற்குபோக விருப்பமில்லையெனில் அவ்வழைப்பை மறுப்பதே (வர இயலாது என கூறுதல்) நல்லது. இதை செய்யாமல் அக்கூட்டத்திற்கு சென்று விழாவிற்கு சம்மந்தமில்லாத அல்லது அதற்கு எதிரான செய்தியை அறிவிப்பது மிகத் தவறானதும், நாகரீகமற்ற செயலுமாகும்.

- சிறப்பு செய்தியாளராக அழைக்கப்பட்டிருக்கும் போது உங்களுக்கென்று ஒதுக்கப்பட்ட நேரம் எவ்வளவு என்பதை முறையாக, சரியாக கேட்டு தெரிந்துகொண்டு அதற்குள்ளாக முடிக்கவேண்டும்.

- ஒருவேளை உங்களுக்கு எவ்வளவு நேரம் வேண்டுமோ எடுத்துக்கொள்ளுங்கள் என்று கூறினால் நம் விருப்பம்போல் நேரத்தை எடுத்துக் கொள்வது மிகப்பெரிய தோல்வியை உண்டாக்கும். எனவே மிகத் தெளிவான பதில் கிடைக்கும் வரை பொதுவாக ஆராதனை அல்லது செய்தி எந்த நேரத்தில் முடிவடையும், சிறப்பு செய்தியாளராக யாராவது வந்தால் எவ்வளவு நேரம் பேசுவார்கள் என மிகச் சரியான பொருத்தமான கேள்விகளை ஞானமாய் கேட்டு தெரிந்துகொண்டு அதற்கு முன்னரே முடித்தல் வேண்டும்.

- சிறப்பு செய்தியாளராக அழைக்கப்பட்டிருக்கும் போது, சிறப்பு செய்திக்கு மாறுபட்ட கருத்துக்களை போதிப்பது சரியல்ல. அச்சபை போதகர் குறிப்பிட்ட தலைப்பில் பேச கேட்டுக் கொண்டிருந்தால் கூட மிக கவனமாகவும், அளவாகவும்

பேசுதல் நல்லது. ஸ்தல சபை போதகரே புதிய, கடினமான, மாறுபட்ட கருத்துகளை அல்லது போதகங்களை போதிக்க அதிகாரம் பெற்றிருக்கிறார். அது அச்சபை போதகரின் கடமை ஆகும். ஒருவேளை அவற்றை பேச நீங்கள் அழைக்கப்பட்டிருந்தால் நீங்கள் பேச மட்டும் அழைக்கப்பட்டிருக்கிறீர்களே தவிர, ஸ்தல போதகர் தன் அதிகாரம் முழுவதையும் உங்களுக்கு அளித்திருக்கிறார் என்று அர்த்தம் அல்ல என்பதை நினைவில் கொள்ளுங்கள்.

■ ஒரு சிறப்பு செய்தியாளராக நீங்கள் அழைக்கபட்டிருக்கும் போது உங்களை அழைத்த போதகருக்கு தனிப்பட்ட விதத்திலும், சபை மக்கள் முன்னிலையிலும் நன்றி கூறுதல் மிகவும் அவசியமான ஒன்றாகும். ஏனெனில், உங்களை கட்டாயமாக அவர் அழைத்தாக வேண்டும் என்று எந்த நிர்பந்தமும் அவருக்கு இல்லை. மேலும் பல போதகர்கள் இருக்க அவர் உங்களை அழைத்திருப்பது மிகச் சிறப்பானதாகும். அதே வேளையில் ஆராதனை முடிந்து வீட்டிற்கு சென்ற பின்னரும் உங்களை சிறப்பு விருந்தினராக அழைத்தமைக்கு அவருக்கு நன்றி கூறுவது மிக சிறப்பான ஒன்றாகும்.

■ சிறப்பு செய்தியாளராக அழைக்கப்பட்டிருக்கும் போது நீங்கள் நீங்களாக இருக்க வேண்டுமே தவிர ஸ்தல போதகரின் உரிமையை நீங்கள் எடுத்துக்கொள்ள கூடாது.

■ சிறப்பு செய்தியாளராக அழைக்கப்பட்டிருக்கும் போது குறிப்பிட்ட வேதபகுதி, மொழியாக்கம், தொலை தொடர்பு சாதனங்கள் (projector, computer etc) புத்தக விற்பனை, பிரசங்கத்தின் இறுதியில் முன்னுக்கு வர அழைப்புவிடுத்தல் (Alter call) அல்லது இருக்கிற இடத்திலேயே ஜெபிக்கவைத்தல் அல்லது வேறு ஏதாவது செய்யவைத்தல் போன்ற சம்பவங்களை ஸ்தல சபை போதகரிடம் முன்கூட்டியே பேசி முன் அனுமதி பெறுவது ஒரு நல்ல பலனையும் சிறந்த முதிர்ச்சியையும் காட்டும்.

■ புதிதாக அழைக்கபட்டிருக்கும் சபைக்கு சென்றிருக்கும் போது அங்குள்ள சூழ்நிலைகளை நன்கு உணர்ந்து மிக கவனமாகவும், ஞானமாகவும் நடந்துகொள்ள வேண்டும்.

    போதகர். கிளாக்ஸன் ஜேம்ஸ்

- சிறப்பு செய்தியாளராக அழைக்கபட்டிருக்கும் போது, நீங்கள் அங்கு போகும்போது தான் ஆராதனை ஆரம்பமாகிறது என்று அர்த்தம் அல்ல. அதற்கு முன்னரே ஆராதனையின் பலபகுதிகள் நடந்து கொண்டிருக்கும், அவ்வேளையில் நீங்கள் ஓய்வறையில் ஓய்வெடுப்பதோ அல்லது பொருப்பற்ற முறையில் செய்திதாள், தொலைக்காட்சி, அலைபேசி, கணினி போன்றவற்றில் உங்கள் கவனத்தை செலுத்தியிருப்தோ மிகத் தவறான செயல் ஆகும்.

- செய்தி நேரத்தில் நீங்கள் பேச ஆரம்பிக்கும் முதல் வார்த்தைக்கு முன்னரே மக்கள் மிக கவனமாக உங்கள் நடவடிக்கைகளை கவனித்து வருகிறார்கள். எனவே உங்களை சுற்றி நடப்பதை எதுவும் அறியாதவராக இல்லாமல் மக்களோடு மக்களாக இணைந்து கடவுளை ஆராதிப்பவராக இருத்தல் வேண்டும். இவ்வாறு செய்வது மக்கள் மத்தியில் உங்களுக்கு நல் மதிப்பை அளிக்கும். மேலும் செய்திக்கு முன் மக்களோடு சேர்ந்து ஆராதிப்பதால் மக்களும் செய்தி நேரத்தில் உங்களோடு சேர்ந்து உங்கள் செய்தியின் வழியாக கடவுளை மகிமைபடுத்துவார்கள்.

---

8. தொடர் பிரசங்கம்

வேதாகமத்தில் ஏதாவது ஒரு புத்தகத்தை தெரிந்தெடுத்து அதன் ஆரம்பம் முதல் முடிவு வரை தொடர்ச்சியான வாரங்களில் பிரசங்கித்தல் என்பது மிகச் சரியான ஒரு வேத விளக்க முறையாகும். இவ்வாறு செய்வதால் இதுவரை மக்கள் கேட்டிராத மிகச் சரியான சத்தியங்களை தெளிவாக தெரிந்துகொள்ள இம்முறை பெரிதும் உதவுகிறது. இதை தவிர்ப்பதால் பல வேத சத்தியங்களை நாம் பிரசங்கிக்க முடியாமலேயே போய்விடுகிறது என்பது மறுக்க முடியாத உண்மையாகும்.

இவ்வாறு, முறையாக தொடர் பிரசங்கத்தை செய்யும் போது பரிசுத்த ஆவியானவர் வேறு ஒரு வேத பகுதியை பிரசங்கிக்க ஏவுவாரானால் அச்சமயத்திற்கு ஏற்ப உடனே செய்தியை மாற்றி பேசுதல் வேண்டும்.

தொடர் பிரசங்கம் (Series) செய்யும் போது பகுதி-1, பகுதி-2 என்று இல்லாமல் அதற்கு பொருத்தமான தலைப்பை கொடுத்தல் வேண்டும்.

போதகர். கிளாக்ஸன் ஜேம்ஸ்

9. கையால் எழுதிய பிரசங்கபகுதி

- தேவையற்ற வார்த்தைகளை தவிர்க்க
  முழு பிரசங்கத்தையும் எழுதுதல் மிகவும் நல்லது.

- எழுத்து வகை பிரசங்கமானது, முழு பிரசங்கத்தையும்
  எழுதுவதாகும். இவ்வகை பிரசங்கமானது தேவையற்ற
  வார்த்தைகளை நாம் பேசுவதை தவிர்க்க உதவுகிறது.
  அதே வேளையில் பரிசுத்த ஆவியானவரின்
  தூண்டுகோலுக்கு நம்மை கட்டுபடுத்துகிறது.
  எனவே இது அவ்வளவு ஏற்புடையது அல்ல.

- முழு பிரசங்கத்தையும் எழுதி அவற்றை பிரசங்கமேடைக்கு
  எடுத்துச்செல்லாமல் முக்கிய குறிப்புகளை மாத்திரம்
  எடுத்துச் சென்று பரிசுத்த ஆவியானவரின்
  வழிநடத்துதலின்படி பிரசங்கிப்பது மிக சிறந்த முறையாகும்.

- சில பிரசங்கிமார் முழு பிரசங்கத்தையும் எழுதுவதும்
  இல்லை; மேலும் முக்கிய குறிப்புகளை எடுத்து
  செல்வதுமில்லை. எனவே இதுவும் சரியானதல்ல.

10. திட்டவரை (வரைவு குறிப்பு)

- ஒரு நல்ல பிரசங்கத்திற்கு எப்பொழுதுமே மிகச் சிறந்த திட்டவரை அவசியமாகும்.

- திட்டவரையை மக்கள் நினைவில் கொள்ள முடியுமானால் நல்லதுதான் ஆனால் மக்கள் வேத பகுதியைவிட திட்டவரையை நினைவில் கொள்ள வைப்பது சிறந்தது அல்ல.

- நமது பிரசங்கத்தின் நோக்கம் வரைவு குறிப்பு அல்ல; மாறாக வேத வசனத்தில் உள்ள சத்தியத்தை மக்களுக்கு அறிவிப்பதே ஆகும்.

- செய்தியை முன்னேற்றத்திற்கு அல்லது அடுத்த நிலைக்கு அழைத்து செல்லவே நாம் வரையரையை பயன்படுத்த வேண்டும்.

- முரண்பாடான வரையறைகள் கவனச் சிதறல்களை ஏற்படுத்தும்.

- வரையறைகள் மக்களை கவர்வதற்காக அல்ல மக்களிடம் எளிதில் தொடர்பு கொள்வதற்காகவே பயன்படுத்துதல் வேண்டும்.

- வரையரையானது மிகத் தெளிவானதாகவும், எளிமையானதாகவும் இருத்தல் வேண்டும்.

- பல குறிப்புகளை (Point) விவரிக்கும் போது, ஒரு குறிப்புக்கு 3 நிமிடங்களையும், மற்றொரு குறிப்புக்கு 10 நிமிடங்களையும் எடுத்து கொள்ளாமல் அனைத்து குறிப்புகளுக்கும் சரிசமமான நேரத்தை எடுத்து கொள்ள வேண்டும். அவசியமற்ற குறிப்புகள் இருந்தால் செய்தியில் குறிப்பிடாமல் அதை தவிர்ப்பது நல்லது.

- துணை குறிப்புகள் (Sub points) அவசியமானால் மட்டும் குறிப்பிடுதல் வேண்டும், அதே வேளையில் அவ்வித துணை குறிப்புகள் முதன்மை தலைப்போடு (Main Heading) தெளிவாக ஒன்றினைந்து போவதாக இருத்தல் வேண்டும்.

அன்பின் மேன்மைகள் என்ன?

1. அன்பு முக்கியமானது - 1கொரி.13:1-3
   - திறமையும் அன்பும் - வச.1
   - ஆவிக்குரிய வரங்களும் அன்பும் - ந.2
   - பலியும், அன்பும் - வச.3

2. அன்பின் தன்மைகள் - 1கொரி.13:4-7
   - சகலத்தையும் தாங்கும்
   - சகலத்தையும் விசுவாசிக்கும்
   - சகலத்தையும் நம்பும்
   - சகலத்தையும் சகிக்கும்

3. அன்பு நித்தியமானது - 1கொரி.13:8-13
   - தீர்க்கதரிசனம் ஒழிந்துபோம்
   - அன்னிய பாஷை ஒழிந்துபோம்
   - அறிவு ஒழிந்துபோம்.

- வரையரையை மோனைப்படுத்த முடிந்தால் (முதல் எழுத்து வாரியாக) நல்லது, இல்லையெனில் மிகவும் பிரயாசப்பட்டு மோனைப்படுத்த முயற்சிக்க வேண்டாம்.

ஏற்ற காலத்தில் கடவுள் நமக்கு தரும் நன்மைகள் எவை? (1 பேது.5:6)
   - ஏற்றகாலத்தில் ஆசீரவாதமான மழை - எசே.34:26
   - ஏற்றகாலத்தில் உயர்வு - 1பேது.5:6
   - ஏற்றகாலத்தில் அறுவடை - கலா.6:0
   - ஏற்றகாலத்தில் பலத்த ஜாதி - ஏசா.60:22
   - ஏற்றகாலத்தில் நிறைவான ஆசீர்வாதம் - உபா.28:12,11:12-14.

மோனைப்படுத்துதல் என்பது எளிதில் நினைவிற்கொள்ள உதவுகிறது தான். எனினும், அதுமட்டுமல்லாது பொருத்தமான கேள்வி கேட்டல், ஒப்பிட்டு பார்த்தல் போன்ற வேறு வழிமுறைகளையும் உபயோகிக்கலாம்.

■ வரையரையின் முடிவுரையில் செயல்பட தூண்டும் (verb) வார்த்தைகள் இருத்தல் வேண்டும். இது மக்கள் கேட்ட செய்திக்கு நேராக அவர்களை கீழ்படிய வழி நடத்துகிறது.

போதகர். கிளாக்ஸன் ஜேம்ஸ்

11. பிரசங்க தலைப்பை தேர்வு செய்வது எப்படி ?

■ பிரசங்கத்தின் தலைப்பு செய்தி கேட்பவரின் ஆர்வத்தை தூண்டும் விதமாக கேள்வி வடிவத்தில் இருப்பது நல்லது.

■ ஒரு வேத பகுதியை எடுத்து அதை அப்படியே பிரசங்கிப்பது மக்களால் புரிந்துகொள்ள முடியும் என்றாலும் இது ஞானமான செயல் அல்ல.

■ ஒரு தலைப்பு இல்லாத பிரசங்கமானது, தலைப்பு இல்லாத புத்தகத்தை விற்பனை செய்வதற்கு சமம் ஆகும். எனவே பிரசங்கமானது கண்டிப்பாக ஒரு தலைப்பை கொண்டிருத்தல் வேண்டும்.

■ மிகச் சிறந்த தலைப்பு, பிரசங்கத்திற்கு மிகச் சிறந்த முன்னுரை ஆகும்.

■ ஒரு சிறந்த தலைப்பு, தேவ செய்தியை கேட்கும் மக்களின் ஆர்வத்தை தூண்டுகிறது.

■ தலைப்பானது செய்திக்கு ஒரு சிறப்பு அடையாளத்தை கொடுக்கிறது.

■ ஒரு நல்ல தலைப்பு பிரசங்கத்தை மக்கள் கவனிப்பதற்கு ஒரு நல்ல எதிர்பார்ப்பை ஏற்படுத்துகிறது.

■ ஒரு புத்தகத்தின் தலைப்பை வைத்தே அப்புத்தகத்தின் தரத்தை முடிவெடுப்பது சரியல்ல, எனினும் இதுவே மக்களின் மனநிலை ஆகும். எனவே இக்கருத்தோடு போராடாமல் யதார்த்தத்தை புரிந்து கொண்டு நமது பிரசங்கத்திற்கு ஒரு சிறந்த தலைப்பை கொடுப்பது மக்கள் நமது பிரசங்கத்தை ஆர்வமுடன் கேட்பதற்கு இது ஒரு மிகச் சிறந்த வழிமுறை ஆகும்.

■ தலைப்பில் பிரசங்கம் மறைந்துள்ளது, அதுபோலவே பிரசங்கத்தின் தலைப்பில், அவரின் செய்தி வெளிப்படுகிறது.

- பிரசங்க தலைப்பை புத்திசாலிதனமாக அமைத்தல் வேண்டும் . எனினும் நாம் தலைப்பை அல்ல வேத பகுதியை பிரசங்கிக்க வேண்டும்.

- எனவே தலைப்பு மற்றும் வேறு எல்லாவற்றையும் விட வேத பகுதியே முதன்மை படுத்தப்பட வேண்டும் என்பதை நினைவில் கொள்ள வேண்டும்.

- தலைப்பு பிரசங்கியாருக்கு அல்ல செய்தியை கேட்கும் மக்களுக்கே. எனவே மக்கள் புரிந்துகொள்ளும் வகையில் தலைப்பு இருத்தல் வேண்டும்.

- தலைப்பு தெளிவான ஒன்றாகவும் பொருத்தமான மற்றும் மக்களுக்கு உபயோகமான ஒன்றாகவும் இருத்தல் வேண்டும்.

- பிரசங்கத்தின் தலைப்பானது கூறப்போகும் வேதவசனம், குறிப்புகள் (Points) மற்றும் செய்தியின் பொருளடக்கம் அனைத்தோடும் முற்றிலுமாக இணைந்து போகுதல் அவசியம்.

- தலைப்பு ஒருபோதும் கூறப்போகும் செய்திக்கு எதிர் மறையானதாக இருத்தல் கூடாது, அதாவது செய்திக்கு எதிர்மறை விளைவை ஏற்படுத்த கூடிய ஒன்றாக தலைப்பு இருத்தல் கூடாது.
(உதாரணம்: விசுவாசம் அவசியமா? ஜெபம் தேவையா?)

- பொதுவாக பிரசங்கத்தின் தலைப்பு ஏழு வார்த்தைக்கு மிகாமல் இருத்தல் வேண்டும்.

- முழு பிரசங்கத்தின் சுருக்கமாக பிரசங்கத்தின் தலைப்பு இருக்கக்கூடாது.

- தலைப்பில் வார்த்தைகளை குறைத்தல் வேண்டும், அதற்காக ஒரு வார்த்தையில் தலைப்பை அமைப்பதும் நல்லதல்ல. சுருக்கமான மற்றும் பொருத்தமான தலைப்பாக இருத்தல் வேண்டும்.

- நாம் சுவிஷேசம் அறிவிக்கவும், பக்தி விருத்தியடையச் செய்யவும் அழைக்கபட்டிருக்கிறோமேயன்றி மக்களை பொழுதுபோக்கு செய்வதற்கு அல்ல. எனவே வேடிக்கையான, பண்பற்ற, நாகரீகமற்ற, கருத்தில்லாத, பொருத்தமில்லாத, பிறரை வருத்தப்படுத்துகிற, மதிப்பற்ற தலைப்புகளையும், பேச்சுக்களையும் தவிர்த்தல் வேண்டும்.

  போதகர். கிளாக்ஸன் ஜேம்ஸ்

- பிரசங்க பணியை மிக முக்கியமான, கனமான பணியாக எண்ணி, பிரசங்க பீடத்தின் உயர்மதிப்பை பேணுதல்வேண்டும்.

- கீழ்கண்ட முறைகளில் பிரசங்கத்தின் தலைப்பை ஒவ்வொரு வாரமும் மாற்றி மாற்றி அமைத்தல் மிகச் சிறந்த பலனை தரும்.

1. **வேதாகம குறிப்புகள் - Biblical References.** மரியாள் மற்றும் மிரியாமின் பாடல், ஜெபம், கிருபை, விசுவாசம், தாழ்மை, அன்பு...

2. **அறிக்கையிடுதல் - Declaration.** கடவுள் சகலத்தையும் செய்ய வல்லவர், கடவுளால் எல்லாம் கூடும்...

3. **கேள்விகள் - Questions.** நீங்கள் விசுவாசம் உள்ளவர்களாயிருக்கிறீர்களா ? எங்கே போகிறீர்கள் ?...

4. **வியப்புக்குறி - Exclamation.** ஓ என்னே ஐக்கியம்!...

5. **புதிர் - Paradox or Idiom.** விடுகதை, பழமொழி

6. **மோனை - Alliteration.** முதலெழுத்து ஒன்றிவரும் தொகையமைப்பு. அர்ப்பணிப்பின் அனுபவம், அன்பின் அருமை...

7. **அப்பியாசப்படுத்துதல் - Application.**
   பரிசுத்தமான வாழ்க்கை வாழ்வது எவ்வாறு ?
   கடவுளிடம் நெருங்க என்ன செய்ய வேண்டும் ?
   கனி நிறைந்த வாழ்வுக்கு நாம் என்ன செய்ய வேண்டும் ?

12. பிரசங்க முன்னுரை

■ துவக்கம் முதலே நமது பிரசங்கத்தில் மக்களின் கவனத்தை ஈர்க்க நாம் யாரிடத்தில் பேசுகிறோம்? என்ன பேசுகிறோம் என அறிந்து முன்னுரையை வடிவமைத்தல் வேண்டும்.

■ முன்னர் பழக்கமில்லாத ஓர் இடத்திற்கு பிரசங்கிக்க சென்றிருந்தால் எவ்வளவு விரைவில் நாம் மக்களோடு நெருக்கத்தை ஏற்படுத்த முடியுமோ அவ்வளவு விரைவாக நெருக்கத்தை ஏற்படுத்த வேண்டும்.

■ மக்கள் நம் செய்தியை கேட்பதில் நம்மைவிட்டு தூரமாக சென்றுவிடாமல் இருக்க நல்ல முன்னுரையை முறையாக ஆயத்தம் செய்தல் வேண்டும்.

■ ஒரே முறையில் எப்பொழுதும் பிரசங்கத்தை ஆரம்பிப்பது நல்லதல்ல, எனவே கீழ்காணும் வேறு பல முறைகளையும் பயன்படுத்தலாம்.

(உதாரணம்: கதை சொல்லுதல், கேள்வி கேட்டல், ஒரு குறிப்பிட்ட பிரச்சனையை அறிவித்தல், சிறந்த ஒரு மேற்கோள் காட்டுதல், ஒரு சிறந்த விளக்கத்தை கொடுத்தல், வசன வரலாற்று பின்னனி கூறுதல், ஓர் உண்மை சம்பவம், படக் காட்சி மற்றும் தொலைத் தொடர்பு சாதனங்களை உபயோகித்தல், குறிப்பிட்ட நாளின் சிறப்பு சம்பவ பின்னனி, சுதந்திரதினம், பொங்கல், பெரிய வெள்ளி, உயிர்த்தெழுதல்..)

■ முன்னுரை சுருக்கமாக இருக்க வேண்டியது மிக முக்கியமானதாகும்.

■ ஒரு பிரசங்கியாரின் மிக பெரிய தவறு என்னவென்றால் மிகச் சரியான முறையில் மக்களிடம் தொடர்பு ஏற்படுத்த முடியாமல் போகும் நிலையே ஆகும்.

போதகர். கிளாக்ஸன் ஜேம்ஸ்

- உதாரணங்கள் உண்மையை மிக அழகாக எடுத்துரைக்கிறது.

- பொருத்தமற்ற உதாரணங்கள் பிரசங்கத்தின் விளைவை (முடிவை) மாற்றுகிறது.

- அதிகமாக உணர்ச்சியை தூண்டும் உதாரணமானது மக்களிடம் அதிக தாக்கத்தை ஏற்படுத்தலாம். ஆனால் அது பிரசங்கத்தின் முக்கியத்துவத்தை இழக்கவும் காரணமாகிறது.

- உதாரணங்கள் எப்பொழுதும் பிரசங்கத்திற்கு உதவியாக இருக்க வேண்டுமே தவிர பிரசங்கத்தை விட உயர்ந்த நிலைக்கு சென்றுவிடாமல் பார்த்துக்கொள்ள வேண்டும்.

- பிரசங்கபீடத்தில் யாரை உயர்த்த நிற்கிறீர்கள், எதற்காக நிற்கிறீர்கள் என உணர்ந்து உதாரணங்களை பயன்படுத்துதல் வேண்டும். உதாரணங்களின் கதாநாயகனாக நம்மை மாற்றிவிடக் கூடாது.

- மக்களின் பக்தி விருத்திக்கேற்ற உபயோகமான உதாரணங்களை கூறி அவர்களின் ஆன்மிக வாழ்வு கட்டப்பட உதாரணங்களை கூறுதல் வேண்டுமே தவிர தேவையற்ற, உபயோகமற்ற உதாரணங்களை தவிர்த்தல் வேண்டும்.

- பிரசங்கத்தில் உங்கள் குடும்ப சம்பவங்களை உதாரணமாக கூற விரும்பினால் முதலாவது உங்கள் குடும்பத்தில் அதற்கான ஒப்புதல் பெறுதல் கட்டாயமாகும். கூறும் உதாரணமானது மக்களையோ அல்லது உங்கள் குடும்பத்தையோ தர்மசங்கடமான நிலைக்கு தள்ளாதபடி கவனமாயிருத்தல் வேண்டும்.

- உதாரணங்கள் புத்தகத்தின் வழியாக வாசிக்கப்படுகிறதாக இல்லாமல் அதை மனனம் செய்து இயல்பாக உள்ளத்தில் இருந்து வர வேண்டும்.

- உதாரணங்கள் கூறும்போது இந்த உதாரணத்தை நான் கூறுவதற்காக மன்னிக்கவும் என்று கூறி ஆரம்பித்தல் முற்றிலும் தவறானது ஆகும். (தவறானது என ஏற்கனவே தெரிந்திருப்பதால் அப்படிபட்ட உதாரணங்கள் கூறுவதை முற்றிலும் தவிர்க்கவும்).

- உதாரணத்தை அல்லது கதையை கூறும் முன்னரே அதை விவரிப்பது கூடாது.

- உதாரணத்தை கூறும் முன்னரே அது எவ்வளவு வேடிக்கையானது என்றோ, கஷ்டமானது என்றோ கூற கூடாது. (மக்களே அதை தீர்மானிக்க விட்டுவிட வேண்டும்)

- உதாரணத்தை கூறிய பிறகு அதை விவரிக்க முயற்சிப்பீர்களானால் அது முற்றிலும் தவறான செயலாகும். (உதாரணத்தை மக்கள் உணர இடங்கொடுங்கள்.)

- உதாரணங்கள் உண்மையானவையா? அவை எங்கேயிருந்து எடுக்கப்பட்டவை? அதன் உண்மை தன்மை என்ன? போன்ற விவரங்களை தெளிவாக அறிந்திருத்தல் வேண்டும்.

- இன்னொருவர் வாழ்வில் நடந்த சம்பவத்தை தன் வாழ்வில் நடைபெற்றதைபோல் சித்தரித்து கூறுதல் கூடாது.

- பிரசங்கத்தில் வேத பகுதியை மையமாக வைத்து பிரசங்கிக்க வேண்டுமே தவிர உதாரணங்களை மையமாக வைத்து பிரசங்கிக்க கூடாது. வேத வசனத்தைவிட உதாரணங்கள் எந்த வகையிலும் முக்கியத்துவம் பெறுதல் கூடாது.

- உதாரணங்கள் பிரசங்கத்தை முன்னேற்றி செல்ல உதவ வேண்டுமே தவிர உங்கள் நல்ல உதாரணங்கள் வேத வசனத்தை பிரசங்கிக்கவிடாமல் வேறுநிலைக்கு திசை திருப்ப விடக் கூடாது என்பதை எப்பொழுதும் நினைவில் கொள்ள வேண்டும்.

- ஒரு வேத பகுதியை விவரிக்க அதற்கு சரியான உதாரணத்தை வேதாகமத்திலிருந்து எடுத்து கூறும் போது கடவுளுடைய அதிகாரத்தை இன்னும் அதிகமாக அதிகாரப்பூர்வமாக உணர முடிகிறது.

- செய்தியை கேட்பவர் அனைவரும் வேதத்தில் உள்ள எல்லா பகுதிகளையும் (உதாரணமாக ஞாயிறு பள்ளி வழியாக) தெரிந்துள்ளனர் என கூற முடியாது. எனவே, பிரசங்கத்தில் வேதாகமத்திலுள்ள உதாரணங்களை கூறுவது நல்ல வேத அறிவையும் அதிலிருந்து சிறந்த போதனைகளையும் மக்கள் பெற்றுகொள்ள உதவுகிறது.

- சரியான மற்றும் பொருத்தமான உதாரணமானது கேட்பவரின் கவனத்தை ஈர்ப்பதோடு கேட்கும் ஆர்வத்தையும் தூண்டுகிறது.

- உதாரணங்கள் அல்லது எடுத்துகாட்டானது கேட்பவருக்கு புலனாகாத அல்லது மறைந்திருக்கும் பொருளை சரியாய் புரிந்துகொள்ள உதவுகிறது.

- உதாரணங்களை சரியாய் உபயோகிக்கும் ஒரு பிரசங்கியார் கேட்பவரின் காதை கண்ணாக மாற்றும் திறன் படைத்தவராகிறார்.

- உதாரணங்கள் கூறப்பட்டுள்ள (வலியுறுத்தியுள்ள) கருத்துகளை உறுதிபடுத்துவதோடு, கேட்பவர்க்கு ஆர்வத்தை தூண்டும் பல கேள்விகளை முன்னரே எழுப்புகிறது.

- மக்கள் உதாரணங்களை எளிதில் மறக்க முடியாத வகையில் நினைவில் வைத்துகொள்ள உதவுகிறது.

- இயேசுவும் மக்களின் அன்றாட வாழ்க்கையில் உள்ள சம்பவங்களையே உதாரணமாக உபயோகித்தார்.

- உதாரணங்கள் இருதயத்தை தொடுகின்றன.

- உதாரணங்கள் நமக்கு ஏற்கனவே தெரிந்துள்ள ஒன்றின் வழியாக நாம் தெரிந்திராதவற்றை நமக்கு தெளிவாக விளக்குகிறது.

- உதாரணங்களை கூறும்போது குறிப்பிட்டு கூறுதல் நல்லது. ஒரு ஊரில் அல்லது ஒரு இடத்தில் என்று அல்லாமல் தொலைக்காட்சி, செய்திதாள்களில் கூறப்படுவது போல குறிப்பிட்டு கூறுதல் வேண்டும்.

- உதாரணங்களை கூறுவது நமது கல்வி, கலாச்சாரம் மற்றும் பிற காரியங்களால் மக்களை கவர்வதற்கு அன்றி, மக்களின் அனுதின வாழ்க்கையில் அவர்களுக்கு பழக்கமான ஒன்றோடு சத்தியத்தை தொடர்புபடுத்தி விளக்குவதற்கு நாம் உதாரணங்களை உபயோகிக்கிறோம் என உணர்ந்து சரியாய் தொடர்புபடுத்துதல் வேண்டும்.

- உதாரணமானது ஒரு பிரசங்கியாருக்கு கேட்பவரை தொடர்பு கொள்வதில் பல வழிகளில் உதவுகிறது. உதாரணமானது பல பகுதிகளை உள்ளடக்கியுள்ளது. (Illustration has several components)

அதாவது உதாரணத்திற்கு,

> முன்னுரை உண்டு , உள்ளத்தை தூண்டும் சக்தி உண்டு, உணர்சிகளை படிப்படியாக உச்சிக்கு கொண்டு செல்கிறது. மேலும் இதற்கு முடிவுரையும் உண்டு.
>
> "An Illustration has an introduction
> An Illustration has narrative movement
> An Illustration has a crisis or climax
> An illustration has a conclusion"- Bryan Chappel

- நான் இப்பொழுது உங்களுக்கு ஒரு உதாரணத்தை கூறப் போகிறேன் என்று கூறுவதோ அல்லது நான் சொல்ல விரும்புவதை இந்த உதாரணத்தில் காணலாம் என்று கூறுவதோ சரியானது அல்ல. இவ்வாறு செய்வது உதாரணத்தின் தாக்கத்தை அல்லது விளைவை மட்டுபடுத்துகிறது. எனவே உதாரணத்தை மிக சிறந்த கலைநுட்பத்தோடும், சிறப்பான முறையிலும் எடுத்துரைத்தல் வேண்டும்.

- உதாரணத்தில் காலம் மற்றும் தூரத்தை குறிப்பிடுகையில் மக்களை தொலை தூரத்திற்கு அழைத்து சென்றுவிடாமல் (முன்னொரு காலத்தில், பல ஆயிரம் கோடி மைல்களுக்கு அப்பால் போன்ற மேற்படி வார்த்தைகளை தவிர்த்தல் வேண்டும்). கேட்பவர் தன் மனதில் காணக் கூடிய பிம்பத்தை உருவாக்குதல் வேண்டும். (லூக்.18:1-3,10; மத்.13:3)

- உதாரணங்களை சரியாக தொடர்புபடுத்தி பேசுதல் வேண்டும். கதை கூறும் கலையை வளர்த்துக்கொள்ள வேண்டும்.

- பேசி கொண்டிருக்கும் வேத பகுதிக்கும், உதாரணத்திற்கும் உள்ள தொடர்பினை (முக்கியத்துவத்தை) உணர்த்த படிப்படியாக உணர்ச்சியை தூண்டி மீண்டும் அமைதியான முறையில் இயல்பு நிலைக்கு வரவேண்டும்.

　　　　　　　　　　　　　போதகர். கிளாக்ஸன் ஜேம்ஸ்

- வேத பகுதியிலுள்ள வேத சத்தியத்திற்கும் கூறப்பட்ட உதாரணத்திற்கும் இடையே உள்ள ஒற்றுமையை விளக்கி காட்டி முடிக்கப்படல் வேண்டும்.

- தற்காலத்திற்கும், வேத பகுதிக்கும் உள்ள பொருத்தமான உதாரணத்தையே உபயோகிக்க வேண்டும்.

- செய்தியை கேட்பவரின் நடைமுறை வாழ்க்கையோடு பொருந்தக்கூடிய உதாரணமே மிகச் சிறந்த பலனை கொடுக்கும்.

- உதாரணங்களை நாம் கூறும் போது, அதன் கலாச்சார பின்னணி மற்றும் கேட்பவர் எத்தகைய மக்கள் கூட்டம் என்பதனையும் கருத்தில் கொள்ளல் வேண்டும்.

14. பிரசங்கத்தில் முடிவுரை

- பிரசங்கத்தில் முடிவுரையானது இறை செய்தியை கேட்டவர்கள், இறை வார்த்தைக்கு தங்களை அர்ப்பணிக்க மிக முக்கியமான முடிவு எடுக்கும் நேரம் ஆகும். எனவே, ஏன் அவர்கள் அத்தகைய முடிவை எடுக்க வேண்டும்? எதற்காக எடுக்க வேண்டும்? எப்படி எடுக்க வேண்டும்? என்பதனை அவர்களுக்கு புரியவைத்து, உற்சாகப்படுத்தி, மக்கள் நல்ல முடிவு எடுக்க செய்தியாளர் முடிவுரை பகுதியை மிக நேர்த்தியான முறையில் முடித்தல் வேண்டும்.

- கொடுக்கப்பட்ட நேரம் முடியும் வரை பேசிவிட்டு கடமைக்கென பொருப்பற்ற முறையில், திடீரென யாரும் எதிர்பாராத வகையில் முடிக்காமல் பிரசங்கத்தின் முடிவுரையை திட்டமிட்டு முடிக்கவேண்டும்.

- பிரசங்கத்தின் மற்ற பகுதிகளை போலவே முடிவுரையை முக்கியப் படுத்தி, திட்டமிட்ட முறையில், தெளிவான வகையில் முடிவுரை முடிக்கப்படல் வேண்டும்.

- கடைசியாக என்று பலமுறை கூறிய பின்னும் செய்தியை தொடர்வது நல்லதல்ல. நீங்கள் செய்தியை முடிக்கும் நிலையில் இல்லை என்றால் பொய் வாக்குறுதி கொடுப்பதை விட அதை கூறாமல் இருப்பதே சிறந்தது.

- எங்கு முடிக்க வேண்டுமோ அங்கு முடிவுரையை கொடுக்க வேண்டுமே தவிர கூறியதையே திரும்ப திரும்ப கூறுவதோ அல்லது திடீரென்று முடிப்பதோ தவறு.

- முடிவுரையில் புதிதாக கருத்துக்களை கூறுதல் கூடாது.

- முடிவுரையில் பிரசங்கித்த வேதபகுதி என்ன சொல்லுகிறது? செய்தியின் முக்கியத்துவம் என்ன? நாம் மக்களுக்கு சொல்ல விரும்பிய செய்தியை கூறி முடித்தோமா அல்லது இல்லையா? வேத பகுதியை விசுவாசிக்க தூண்டினோமா என யோசித்து திட்டமிட்டு நம் முடிவுரையை அமைக்க வேண்டும்.

போதகர். கிளாக்ஸன் ஜேம்ஸ்

- நாம் எங்கு, எவ்வாறு முடிக்கபோகிறோம் என்பதை கண்டிப்பாக முன்னரே திட்டமிட வேண்டும். இல்லையெனில் நாம் முடிக்கவேண்டிய இடம் தெரியாமல் பரிதாபமான முறையில் முடிவுரையை முடிக்க நேரிடும். அவ்வாறு செய்தால் நல்ல விளைவை நாம் பெறமுடியாமல் போகும் நிலை ஏற்படும். எனவே திட்டமிட்ட இடத்தில் முறையாக முடிவுரையை முடிக்க வேண்டும்.

- முடிவுரையில் முக்கிய கருத்தை மட்டும் மீண்டும் மீண்டும் கூறாமல் செய்தியின் முக்கிய கருத்துக்கள் அனைத்தையும் திருப்பி கூறுதல் (review) மிகுந்த பலனைக் கொடுக்கும்.

- பிரசங்க பகுதி முழுவதிலும் நம் வாழ்கையில் அப்பியாசபடுத்தக்கூடிய வாய்ப்புகள் பல ஏற்படுத்தினாலும், முடிவுரையில் முக்கிய கருத்துக்கள் முக்கியப்படுத்துதல் (Emphasize) வேண்டும். (யாக்.1:22)

- ஏனெனில் பிரசங்கத்தின் முக்கியத்துவம் அப்பியாசப்- படுத்துதலே ஆகும். எனவே முடிவுரையில் கடவுளுடைய வார்த்தையின் சத்தியத்திற்கு கீழ்படிய மக்களை உற்சாகபடுத்துவதோடு வாழ்க்கையின் சவால்களை மக்கள் சந்திக்க, வேதவசன உதவியோடு வாழ, அவர்கள் இயேசுவை பின்பற்ற, நாம் உதவுகிறவர்களாக இருக்க வேண்டும்.

- நமது பிரசங்கத்தின் கதாநாயகன் இயேசுவே. எனவே எல்லா பிரசங்கத்தின் முடிவுரையிலும் மக்கள் இயேசுகிறிஸ்துவை நம்புகிறவர்களாக மற்றும் பின்பற்றுகிறவர்களாக நமது முடிவுரையை அமைக்க வேண்டியது மிக மிக முக்கியமாகும்.

- முடிவுரை சிறப்பாக அமையவில்லையெனில் முழு பிரசங்க பகுதியும் வீணாகிறது.

15. சிறப்பாக பிரசங்கிப்பது எப்படி ?

- வேதாகம பிரசங்கம் என்பது, கடவுளை பற்றிய உண்மைகளை அவர் எவ்வாறு வேதத்தில் கூறியுள்ளாரோ அதேவிதத்தில் கேட்பவர் கற்பனை செய்துப்பார்க்கும் திறனுடன் விவரித்தல் ஆகும். "Biblical preaching means declaring God's truth, the way He declared it that means with imagination" - Warren W.Wiersbe.

- புரிந்து கொள்வதற்கு கடினமான வார்த்தைகளை தவிர்த்து நமது செய்தியானது கேட்பவரது கற்பனையில் ஐம்புலன்களின் உணர்ச்சியையும் தூண்டுவதாக அமையவேண்டும். அவ்வாறு செய்வதால் கேட்பவரின் கற்பனையில் அல்லது மனதில் நமது செய்தியானது ஒரு படக்காட்சியைப் போல எளிதில் பதிவாகிறது.

- நன்கு வடிவமைக்கப்பட்ட சுருக்கமான அல்லது அடக்கமான வார்த்தைகளுக்கு இணையானது வேறொன்றுமில்லை.

- ஒரு பிரசங்கியின் பிரசங்கம் திருச்சபையை ஆக்கவும், அழிக்கவும் கூடியது.

- ஒரு மோசமான பிரசங்கம் அதை கேட்கிற மக்களின் ஆத்துமாவை சாகடிக்கிறது.

- பிரசங்கிகளுக்கு ஒரு நல்ல முன் மாதிரி இயேசுவே.

- இயேசுவே மிகச் சிறந்த நல்ல தகவல் தொடர்பாளர். (மத்.7:28)

- பிரசங்கத்தில் என்ன சொல்ல வேண்டும், அதை எப்படி சொல்ல வேண்டும் என்பதை மிக முக்கியமாக கருத்தில் கொள்ளவேண்டும் (யோவான் 12:49).

  போதகர். கிளாக்ஸன் ஜேம்ஸ்

நம் செய்தியை கேட்கும் நபர்கள் யார் யார் என்பதை நம் மனதில் படக் காட்சியைப் போல கொண்டுவர வேண்டும். அதன் பின்னர் அந்த மக்கள் கூட்டத்தினைப் பற்றி கீழ்கண்ட மூன்று கேள்விகளை நமக்கு நாமே கேட்க வேண்டும்.

1. நம் செய்தியை கேட்க கூடிவந்திருக்கும் மக்களின் தேவைகள் என்ன ?

பிரச்சனைகள், மன அழுத்தங்கள் மற்றும் அவர்களின் வாழ்க்கையில் தினந்தோறும் சந்திக்கும் சவால்கள்.

2. மக்களின் காயங்கள் என்ன ?

எல்லாரும் ஏதோ ஒரு வகையில் காயப்பட்டு தான் இருக்கின்றனர் என்பதை அறிதல் வேண்டும்.

3. மக்களின் ஆர்வங்கள் என்ன ?

எவ்வகையான சம்பவங்கள் மக்களை சிந்திக்க தூண்டுகின்றன அல்லது பாதிக்கின்றன என அறிய வேண்டும். ஆண்டிற்கு ஒரு முறையேனும் மக்களிடம் எவ்வகையான பிரசங்கம் தேவை என கருத்து கேட்பது நல்லது.

■ பல சமயங்களில் நமது பிரசங்கமானது மக்களின்
தேவையற்ற காரியங்களுக்கு அல்லது அவர்களுக்கு
தொடர்பற்ற காரியங்களுக்கு பதில் அளிப்பதாய் உள்ளது.
(எபேசியர் 4:29)

■ பிரசங்கத்தை கேட்பவரின் மனதில் இதை நாம் இப்பொழுது
கேட்பதினால் எனக்கு (நமக்கு) என்ன பயன் என்ற
மனநிலையில் தான் இருப்பர், எனவே ஒரு சிறந்த
பிரசங்கியார் தனது பிரசங்கத்தை மக்களின் தற்போதைய
சூழ்நிலையிலிருந்து தூக்கி கடவுள் அவர்களை
கொண்டுசெல்ல இருக்கும் இடத்திற்கு கொண்டுபோய்
சேர்ப்பதாக பிரசங்கியாரின் பிரசங்கம் இருக்கவேண்டும்.

■ பெரும்பாலும் பிரசங்கிமார் தமது செய்தியை கேட்பவர்கள்
யார்? அவர்களின் மனநிலை மற்றும் சூழ்நிலை என்ன
என்பதை அறிய விருப்பமின்றி, நான் (இன்றைக்கு) என்ன
எதை பிரசங்கிக்க வேண்டும் என்ற தவறான
கேள்வியுடனேயே தங்கள் பிரசங்கத்தை ஆயத்தம்
செய்கின்றனர். இது முற்றிலும் தவறானதாகும்.

■ எல்லாம் அறிந்த கடவுள் "மக்களின் தேவைகள்" என்ற
திறவுகோலை மையமாக வைத்தே பிரசங்கிமார்களை
கொண்டு மக்களோடு பேசுகிறார்.

■ பிரசங்கியார் கூறும் சம்பவங்கள் அனைத்தும் உண்மையான
ஒன்றாக இருக்கலாம். ஆனால் பொருத்தமற்ற ஒன்றாக
இருந்தால் அதில் பயன் ஏதும் இல்லை என்பதை கீழ்காணும்
உதாரணங்கள் நமக்கு விவரிக்கின்றன.

  ▸ கடுமையான பல் வலியால் அவதிப்படும் ஒரு நோயாளிக்கு
   Toothbrush- ன் வரலாற்றை விவரிக்கும் ஒரு பல்
   மருத்துவரின் நிர்விசாரமான செயல்.

  ▸ கார் விபத்தில் ரத்தப் போக்குடன் உயிருக்கு போராடும் ஒரு
   நோயாளிக்கு 'Hospital' என்ற வார்த்தைக்கு கிரேக்க
   மொழியில் 15 நிமிடங்களுக்கு பாடம் எடுக்கும் ஒரு
   மருத்துவரின் அநாகரீகமான செயல்.

■ அப்போஸ்தலர் பவுல் பிரசங்கிக்கும் போது கூட யூதர்களுக்கு
யூத பின்னணியத்திலிருந்தும், புற ஜாதியாருக்கு
அவர்களுக்கேற்ற பின்னணியத்திலிருந்தும் பேசுவதை
நாம் கவனிக்கவேண்டும். (பவுல்-அப்.22:1; 17:23;
பேதுரு-அப்.2:14,15; 16;4:10)

- பிரசங்கத்தின் முக்கிய பணியானது வசனத்தின் ஆழ்ந்த உண்மைக் கருத்துக்களை மக்களின் தேவைகளோடு பொருத்தி அவர்களின் வாழ்க்கையில் அதை நடைமுறைப்படுத்த வைப்பதே ஆகும்.

- இயேசுவின் பிரசங்கமும், மக்களின் தேவைகள், காயங்கள் மற்றும் அவர்களின் ஆர்வத்தை மையமாக வைத்தே இருந்தது. (லூக்.4:18,19; மத்.9:36,14:16, 20:34; மாற்கு 1:41,6:34)

- வேதாகமத்தின் மிக முக்கிய மற்றும் முதன்மையான நோக்கமானது, இஸ்ரவேலர்களின் வரலாற்றையோ அல்லது அவர்களின் அடிப்படை மூல உபதேசங்களையோ நமக்கு கூறுவதற்காக அன்றி, நமது குணாதிசயத்தை இயேசு கிறிஸ்துவைப்போல் மாற்றுவதற்காகவே ஆகும். எனவே நமது பிரசங்கமானது எப்பொழுதும் மக்களின் அன்றாட வாழ்க்கையோடு பொருந்தி போகக்கூடிய ஒன்றாக இருத்தல் மிக அவசியமாகும்.

- வேதாகமத்தை நாம் நமது அன்றாட நடைமுறை வாழ்க்கையோடு பொருத்தி பேச வேண்டிய அவசியமில்லை. மாறாக மக்களின் இன்றைய நடைமுறை தேவைகளோடு வேதாகமம் ஏற்கனவே பொருந்தியுள்ளது. ஆனால் அதை நாம் நம்முடைய வாழ்க்கையில் நடைமுறைப்படுத்த வேண்டியதின் அவசியத்தை மக்களுக்கு எடுத்துக்காட்ட வேண்டியதே இன்று நமது மிக முக்கியமான கடமைகளில் ஒன்றாகும்.

- எனவே இவ்வாறு பிரசங்கமானது வாழ்க்கையின் அவசியத்தோடு தொடர்புடையதாக இருப்பதனால், கேட்ட செய்தியை நடைமுறைப்படுத்த வாய்ப்பளித்தல் என்பது மிக முக்கியமான ஒன்றாகும்.

- ஒரு சிறந்த பிரசங்கியார் வேதவசனத்தை வியாக்கியானப்படுத்துவதோடு தமது பணியை முடிக்காமல், அதை நடைமுறை வாழ்க்கையில் நடைமுறைப்படுத்த உதவுபவராக (வழிநடத்துபவராக) இருத்தல் வேண்டும்.

- நடைமுறைப்படுத்துதல் இல்லாமல் வியாக்கியானம் மட்டும் செய்வது ஒருவரின் ஆன்மீக வளர்ச்சியை சிதைப்பது ஆகும்.

- நடைமுறைப்படுத்துதலானது நிகழ்காலத்திற்குரிய (Present Tense) ஒன்றாக மற்றும் மக்களால் செய்து முடிக்கப்பட கூடிய ஒன்றாக காணப்பட வேண்டும்.

17. பிரசங்கத்தை சிறந்த முறையில் நடைமுறைபடுத்துவது எப்படி?

- பிரசங்கத்தின் முடிவுரையில் மக்கள் எப்பொழுதும் ஒரு குறிப்பிட்ட செயலை (action) செய்ய நோக்கமாயிருக்க வேண்டும். எதை அவர்கள் செய்ய வேண்டும் என்று விரும்புகிறீர்களோ, அதை திட்டமிட வேண்டும். மத்.28:18-20

- ஏன் அந்த குறிப்பிட்ட செயலை மக்கள் செய்யவேண்டும் என்று விளக்கவேண்டும். (Tell Them Why) அதை செய்வதால் வாழ்க்கையில் ஏற்படும் மாற்றத்தையும், பயனையும் விவரித்தல் வேண்டும்.

- எவ்வாறு அதை செய்தல் வேண்டும் என விளக்க வேண்டும். (Show Them How) மிகவும் ஆழமான வியாக்கியானங்கள் அல்ல, பிரசங்கத்தை வாழ்க்கையில் நடைமுறைப்படுத்த மிக தெளிவான நடைமுறை விளக்கமே மக்களுக்கு தேவை.

- வசனத்தை எவ்வாறு நமது அன்றாட வாழ்க்கையில் நடைமுறைப்படுத்த வேண்டும் என விளக்குவதே மிகச் சிறந்த பிரசங்கமாகும்.

- மக்களின் கேள்விகளுக்கு பதில் கொடுக்கும்படியாக துவங்கிய பேதுருவின் பிரசங்கம் ஒரு நல்ல விளைவுக்கு நேராக மக்களை திருப்பியது. இது ஒரு சிறந்த பிரசங்கம் ஆகும். (அப்.2:12,37).

- ஆனால் இன்று மக்கள் பல பிரசங்கங்களை கேட்டும், அதற்கு எவ்வாறு மாறுத்தரம் கொடுப்பது என அறியாமலிருப்பது மிக பரிதாபமான பிரசங்கமே.

- நடைமுறை வாழ்க்கையில் நாம் சந்திக்கும் பிரச்சனைகளை எப்படி (How) சமாளிப்பது அல்லது மேற்கொள்வது என்ற தலைப்பில் உள்ள புத்தகங்களும், பிரசங்கங்களுமே மக்கள் மத்தியில் நல்ல வரவேற்ப்பை பெற்றுள்ளன.

போதகர். கிளாக்ஸன் ஜேம்ஸ்"

18. பாவத்தை குறித்த எதிர்மறை செய்திகளை நேர்மறையில் எவ்வாறு பிரசங்கிப்பது?

- பாவத்திற்கு விரோதமாக பிரசங்கித்தல் என்பது நற்செய்தியே அல்ல, எல்லாரும் பாவம் செய்தார்கள் என்பது ஒரு நற்செய்தியும் அல்ல மேலும் அது ஒரு செய்தியும் அல்ல. அது அனைவரும் தெரிந்த ஒன்றே. ஆனால் இயேசு மன்னிக்கிறார் என்பதே நற்செய்தி ஆகும்.

- மனந்திரும்புதலை குறித்து பிரசங்கிக்க வேண்டுமானால், அதன் மூலம் உண்டாகிற நன்மைகள் மற்றும் விடுதலையை குறித்து விவரித்தல் வேண்டும்.

- ஏன் எழுப்புதல் இல்லை, என்பதனை எழுப்புதல் உண்டாக நாம் என்ன செய்ய வேண்டும் என்று கூறலாம்.

■ எதிர்மறை (Negative Passage) கருத்துகள் நிறைந்த வேத
  பகுதிகளை பிரசங்கிக்கும் போது தாழ்மையுடனும்,
  அன்புடனும் பேசவேண்டும். நமது செய்தியை கேட்பவரைவிட
  நாம் மிக உயர்ந்தவர் என்ற எண்ணம் இல்லாமல் இருவருமே
  (கேட்பவர் மற்றும் பிரசங்கிப்பவர்) ஒரே படகில் தான் பயணம்
  செய்கிறோம் என்ற உணர்வு இருக்க வேண்டும்.

■ மக்களை உற்சாகப்படுத்தி அவர்கள் ஆத்துமாக்களை
  கட்டியெழுப்பவேண்டிய ஒரு பிரசங்கியார், மக்களிடம்
  அவர்களின் குறைகளை சுட்டி காட்டி அவர்களை
  மனவேதனை அடையச் செய்வதை விட அது எவ்வாறு
  சரி செய்யப்பட வேண்டும் என்றும், அதற்கு நாம் என்ன
  செய்ய வேண்டும் என்றும், ஆலோசனை கூறி முன்னேறி
  செல்ல உற்சாகப்படுத்துவாரானால் அவரே உலகில்
  மிகச் சிறந்த பிரசங்கி ஆவார்.

■ எதிர்மறை தாக்கம் கொண்ட பிரசங்கங்கள் எதிர்மறையான
  சிந்தனை கொண்ட மக்களையே உருவாக்குகின்றன.

■ இயேசுவும் தமது ஊழிய காலத்தில் எவரையும் பாவி என்று
  குறிப்பிடவோ அல்லது தமது கோபத்தில் எவரையும்
  மாற்றவோ அல்லது திருத்தவோ முயற்சிக்கவில்லை.
  இயேசு பரிசேயர்களை கடிந்து கொண்டார்.

  காரணம்: அவர்கள் தங்களால் இயலாத மற்றவர்களாலும்
  செய்ய இயலாத பாரமான காரியங்களை சுமத்தினார்கள்.
  (மத்.23:4)

■ சந்திக்கப்படாத மக்கள் கூட்டத்திற்கு இன்று தேவையானது
  நற்செய்தியே ஆகும். எனவே பிரசங்கம் தயார் செய்யும்
  போது, அதன் தலைப்பு மற்றும் செய்திகள் நற்செய்தியால்
  நிறைந்திருக்கிறதா என பார்த்துக்கொள்ள வேண்டும்.
  (எபே.4:29)

  போதகர். கிளாக்ஸன் ஜேம்ஸ்

■ நமது பிரசங்கமானது மிக எளிதாக அமைய வேண்டியது கட்டாயமாகிறது. ஏனென்றால், 72 மணி நேரத்தில் 95% செய்தியை மனிதர்கள் மறந்துவிடுகிறார்கள். மிக எளிமையான பிரசங்கமே மக்கள் நினைவில் நிற்கக்கூடியதாக அமைகிறது.

■ ஒரு சிறந்த பிரசங்கியாரால் மிக எளிமையாக பிரசங்கிக்க தெரியவில்லையெனில் அவருக்கு போதுமான ஞானம் இல்லை என்றே பொருள். "எளிமையான பிரசங்கம்" என்பதற்கு அது ஆழமற்ற, மேலோட்டமான மிகவும் எளிமையான செய்தி என்று பொருள் கொள்ளாமல் ஜனங்கள் ஆரோக்கியமான பிரசங்கத்தை ஆர்வத்தோடு கேட்க வேண்டும் என்றே பொருள். எனவே மக்கள் உங்களை ஒரு எளிமையான பிரசங்கி என கூறுவதை கேட்டு கவலைப்படவோ, பயப்படவோ வேண்டிய அவசியம் இல்லை. (நீதி.2:8; மாற்கு 12:37)

■ கிறிஸ்தவ செய்தியானது மிக எளிமையான ஒன்று. ஆனால் பிசாசானவன் அச்செய்தியை கடினமானதாகவும், பிரசங்கியாரையும், செய்தியை கேட்பவரையும் திசை திருப்பவுமே முயற்சிக்கிறான். (2 கொரி.11:3)

20. எளிமையான செய்தியை அளிப்பது எவ்வாறு ?

- செய்தியின் சாராம்சத்தை ஓரிரு வாக்கியத்தில் சுருக்கி கூற முடியவில்லையெனில், அச்செய்தியை மக்களால் கவனிக்க முடியாது.

- செய்தியில் அந்நிய பாஷையில் பேசுவதோ அல்லது மிக பெரிய வார்த்தைகள் அல்லது எபிரேய, கிரேக்க வார்த்தைகளை பேசுவதோ நல்லதல்ல.

- அதிகப்படியான மூலமொழி வார்த்தைகளை உபயோகிப்பது, வேதாகம மொழி பெயர்ப்பின் மேல் சந்தேகத்தையும், நம்பிக்கை குறைவையும் ஏற்படுத்துவதோடு பிரசங்கியாரை மிகைப்படுத்தவே அது உபயோகிக்கப்படுவதாக கருதப்படும்.

- திட்டவரை (Outline) மிக எளிமையாக இருத்தல் அவசியம். மக்கள் செய்தியை மிக அதிமாக விரும்பினால் 7 குறிப்புகளையும் இல்லையென்றால் 3 குறிப்புகள் மட்டுமே போதுமானது. அதிக குறிப்புகள் நினைவில் வைப்பது கடினமான ஒன்றாகவே இருக்கும். அதிகப்படியான எதுவும் அதன் மதிப்பை இழந்துவிடுகிறது.

- சிறந்த செய்தி எப்பொழுதுமே ஒரு சில குறிப்புகளை மட்டுமே கொண்டதாக காணப்படும்.

- அச்சடிக்கப்பட்ட குறிப்புகள் (Printed notes) கொடுக்கப் படவில்லையெனில் மக்களால் அதிகப்படியான குறிப்புகளை பின்பற்ற முடியாது.

- முதலெழுத்துகளை ஒன்றுபடுத்தி (மோனைபடுத்துதல்) செய்தியை விவரிக்க முயற்சித்தல் என்பது அதிகப்படியான குழப்பத்தை மக்களுக்கு ஏற்படுத்திவிடும்.

- எனவே எளிய செய்தி மிகமிக அவசியமான ஒன்று.

21. நல்ல தாக்கத்தை ஏற்படுத்தும் விதமாக பிரசங்கிப்பது எப்படி?

- உங்கள் கஷ்டங்களையும், போராட்டங்களையும் உண்மையுடன் மக்களிடம் பகிர்தல் வேண்டும். (2 கொரி.1:18; ரோமர் 7:14-25)

- ஒளிவுமறைவின்றி திறந்த மனதுடன் உங்கள் முன்னேற்றத்திற்கான காரணத்தை மக்களுடன் பகிர்தல் வேண்டும். உங்கள் வாழ்வில் கடவுள் கற்று தரும் பாடங்கள் என்ன என்பதையும் மக்களுடன் பகிர்தல் வேண்டும். (1 தெச.1:5; யோவான் 3:11) இது சோதனை காலத்தில் மக்கள் தங்களை காப்பாற்றி கொள்ள உதவுகிறது.

- ஒரு சிறந்த பேச்சாளர் (தகவல் தொடர்பாளர்) தனது முகமூடியை களைந்து உண்மையான உணர்வுகளை வெளிப்படுத்துபவராக இருப்பார். இவ்வாறு செய்வதால் மக்கள் பேச்சாளரின் இருதயத்தையும், அவரின் ஆவியையும் புரிந்து செயல்பட உதவியாக இருக்கும்.

- பிரசங்கியாரே மக்களின் முன் மாதிரி. (1 கொரி.11:1; 1 தெச.1:5; எபி.13:7)

- ஆர்வத்தை தூண்டும் வகையில் ஞானமாய் பிரசங்கித்தல் வேண்டும். (கொலோ.4:5,6; பிர.12:10)

- சபையை நகைச்சுவை கூடாரமாக மாற்ற வேண்டிய அவசியம் இல்லை. ஆனால் வசனத்தை கேட்க அவர்களின் ஆர்வம் குறையாமல் பார்த்து கொள்ளுதல் வேண்டும்.

- வேதாகமத்தை உபயோகித்து மக்களை சலிக்கச் செய்யும் ஊக்கமற்ற, எழுச்சியற்ற, சோர்ந்து போக பண்ணக்கூடிய ஒருவரது பிரசங்கம் முற்றிலும் தவிர்க்கப்பட வேண்டிய ஒன்றாகும்.

- முன்னுரை மற்றும் முடிவுரையையும் நாம் முறையாக ஆயத்தம் செய்தல் வேண்டும்.

22. மக்களுக்கு பிரசங்கத்தை கேட்கும் ஆர்வத்தை தூண்ட நாம் என்ன செய்ய வேண்டும் ?

- தொனியில் ஏற்றம் இறக்கம் தேவை

- பேசும் வேகத்தில் மாற்றம் தேவை

- ஒரு பல்கலைக்கழக கணக்கெடுப்பின்படி ஒரு பிரசங்கமானது...

- 7% மட்டுமே செய்தியாளரின் செய்தி (Content) மக்களிடம் தாக்கத்தை ஏற்படுத்துகிறது.
- 38% பேச்சாளரின் குரல், தொனி, பேச்சின் வேகம், தெளிவான பேச்சு போன்றவை மக்களிடம் சென்றடைகிறது. (Audio)
- 55% செய்தியாளரின் தோற்றம், செயல்பாடு, முகபாவனை, உடல் அசைவு மற்றும் படக்காட்சி போன்றவற்றை சார்ந்துள்ளது. (Visual)

■ விளக்கங்களைவிட அதற்கேற்ற படம் (படக்காட்சி) மிகவும் உபயோகமானது.

■ பிரசங்க விளக்கங்கள் மக்களின் தலை (மூளை) அறிவிற்கும், படங்கள் மக்களின் இருதயச் சிந்தனைக்கும் மிக உபயோகமானது.

■ கவனச்சிதறல் தடைகளை ஏற்படுத்துகிறது. ஆனால் படங்கள் அல்லது உதாரணங்கள் வழியாக பிரசங்கத்தை விவரிக்க முடியவில்லையெனில் பிரசங்கியாரின் செய்தி உண்மையானது அல்ல என்றும், அல்லது பிரசங்கியாருக்கே அந்த வேத பகுதி புரியவில்லை என்றும் பொருளாகிறது.

■ இயேசுவும் மலைப்பிரசங்கத்தில், எபிரேய வரலாற்றையோ அல்லது கிரேக்க வார்த்தைகளையோ பற்றி பேசாமல், பறவைகள், பூக்கள், மணல் மேல் கட்டப்பட்ட

வீடு என மக்களுக்கு எளிதில் புரியும் விதத்தில் அல்லது எளிதில் மனதில் கற்பனை செய்து பார்க்கும் வகையில் அமைந்திருந்தது. இதுவே இயேசுகிறிஸ்துவின் பிரசங்கத்தின் மிகச் சிறப்பான ஒன்றாகும்.

- கதை கூறுவதில் சிறந்த தலைவரான இயேசுவும், மக்கள் எளிதில் புரிந்து கொள்ளும்படியான கதைகளையே அதிகம் உபயோகித்தார்.

- இயேசுவும் தமது பிரசங்கத்தை நகைச்சுவை உணர்வோடு கூறியுள்ளார். மலை பிரசங்கத்திலும் இயேசு பல சம்பவங்களை நகைச்சுவை உணர்ச்சியுடன் கூறியுள்ளார்.

- நகைச்சுவை உணர்வானது ஆர்வம், கவர்ச்சி, மகிழ்ச்சி போன்றவற்றை உள்ளடக்கியுள்ளது.

- நகைச்சுவை உணர்வானது மன அழுத்தத்திலிருந்து விடுபட உதவுகிறது.

- வேதனை நிறைந்த உண்மைகளை மனதுக்கு இதமான வகையில் கூற நகைச்சுவை உதவுகிறது.
  (Arab Proverb : When shoot an arrow of truth, dip it in honey)

- நகைச்சுவையானது மக்களின் வாழ்க்கை முறையை மாற்ற மிக சிறப்பான ஒன்றாக இருக்கிறது.

- நகைச்சுவையானது சந்தோஷம், மகிழ்ச்சி, ஊக்கம், சிரிப்பு போன்ற பல நேர்மறை காரியங்களை ஏற்படுத்துகிறது.

- ஒவ்வொருவரும் வாழ்க்கையில் பல சோகமான பாரங்களோடு காணப்படுகின்றனர். நகைச்சுவையானது அவர்கள் பாரங்களை இலகுவாக்குகிறது.

- மக்களை ஆரோக்கியமான முறையில் (நகைச்சுவை) சந்தோஷபடுத்த முயற்சிப்பது பாவமாகாது.

- பிரசங்கத்தின் முழு பகுதியுமே நகைச்சுவையாக இல்லாமல் சத்தியத்தை உணர வைக்க (சிந்திக்க) மட்டுமே நகைச்சுவையை சிறு அளவில் சேர்ப்பது நல்லது. (Cream in a cake)

■ மக்களை ஈர்ப்பதற்காக பிரசங்கித்தால் எந்த பயனும் இல்லை, மாறாக மக்களை நேசித்து ஆத்தும பாரத்தோடு பிரசங்கித்தல் வேண்டும்.

■ ஒவ்வொரு பிரசங்கத்திற்கு முன்பும் ஆண்டவரே நான் இந்த மக்களை நேசிக்கிறேன் என்று ஜெபித்து பிரசங்கித்தல் நல்ல பலனை கொடுக்கும். கடமைக்கென பிரசங்கிப்பது ஒருபோதும் நல்லதல்ல.

■ மக்களை நேசிக்கிற மற்றும் அழிந்து போகிற ஆத்துமாக்களை குறித்த பாரம் உடைய நல்ல பிரசங்கிகளே இன்றைய சபைக்கு தேவை.

■ மக்கள் உங்களை ஏற்றுக்கொண்டால், நீங்கள் சொல்வதை கேட்பார்கள். மக்கள் உங்களை ஏற்றுக்கொள்ள வேண்டுமெனில் நீங்கள் அவர்களை தெய்வீக அன்பால் நேசித்தே ஆக வேண்டும். இது ஒவ்வொரு பிரசங்கியின் கடமை ஆகும்.

23. மேடை நாகரீகம்

பிரசங்கபீடத்தில் அல்லது பிரசங்கமேடையில் நாம் நடந்துகொள்ளும் முறையையே மேடை நாகரீகம் என அழைக்கிறோம்.

- ➔ வசதியான பிரசங்கபீடம் தேவை.
- ✗ மேடையை தட்டக்கூடாது.
- ✗ கண்ணை மூடிக்கொண்டு பேசக்கூடாது.
- ✗ மேடையில் சாய்ந்து கொள்ளக் கூடாது.
- ✗ தலைசொரிதல், மூக்கை நோண்டுதல் கூடாது.
- ✗ உள்ளூர் கலாச்சாரத்திற்கு ஏற்றார் போல். நாகரீகமாக உடை அணிந்திருக்க வேண்டும்
- ✗ பிரசங்க நேரத்தில் செல்போன் பேசக்கூடாது.
- ✗ பந்தா பண்ணக் கூடாது.
- ✗ நடிக்கக் கூடாது (நாடகமேடை அல்ல).
- ✗ அழுவதை போல பாசாங்கு செய்யக்கூடாது.
- ✗ ஒருவரையே பார்த்து பேசக்கூடாது
- ✗ மைக்-குக்கும் உங்கள் வாய்-க்கும் இடையே. போதிய இடைவெளி தேவை.
- ✗ மைக் ஸ்டாண்ட் உபயோகித்தல் நல்லது.
- ✗ ராணுவ தோரனைக் கூடாது.
- ✗ கண்ணாடி அணிபவராகயிருந்தால் அடிக்கடி கழட்டக் கூடாது...

24. பிரசங்கத்தில் தவிர்க்கப்பட வேண்டியவை...

போதகர். கிளாக்ஸன் ஜேம்ஸ்

- ☒ முகஸ்துதி பார்த்தல்.

- ☒ பிரசங்கத்தில் தேவையற்ற வார்த்தைகள் பேசுதல்.

- ☒ விக்கிரகங்களைப் பற்றி பேசுதல்.

- ☒ பிற மதங்களைப் பற்றி பேசுதல்.

- ☒ பாவத்தை மிகைப்படுத்தி பேசுதல்.

- ☒ மற்ற சபை மற்றும் சபை போதகர்களைப் பற்றி தவறாக பேசுதல்.

- ☒ குறிப்பிட்ட ஜாதியை உயர்த்தி அல்லது தாழ்த்தி பேசுதல்.

- ☒ அரசியல் பேசுதல்.

- ☒ அடிக்கடி ஜோக்கடித்தல்.

- ☒ அடிக்கடி அல்லேலூரயா, ஆமென், ஸ்தோத்திரம் போன்ற வார்த்தைகளை சொல்லுதல்.

- ☒ அளவுக்கு அதிகமாக சத்தம் போடுதல்.

- ☒ ஒரு குறிப்பிட்ட நபரையே தாக்கி பேசுதல்.

- ☒ தன்னைப் பற்றியே பெருமையாக பேசுதல்.

- ☒ பிரசங்கியாரின் தனிப்பட்ட விருப்பு மற்றும் வெறுப்பை மக்கள் மேல் திணித்தல்.

25. பிரசங்கியாருக்கு பொதுவான சில ஆலோசனைகள்

■ மக்கள் எப்பொழுதும் புதிய செய்திகளையே எதிர்பார்கின்றனர். எனவே பிரசங்கபீடத்தில் பழையனவைகளை அல்ல புதிய புதிய செய்திகளை கொடுப்பவராக ஒரு செய்தியாளர் இருக்க வேண்டியது அவசியமாகிறது.

■ ஒரு குறிப்பிட்ட தலைப்பை பற்றி பேச விரும்பினால் அதற்கு மிகச் சரியான முதல் நிலை வேத பகுதியை தெரிந்தெடுத்தல் வேண்டும். தலைப்புக்கு பொருத்த மற்ற வேத பகுதியை தெரிந்தெடுத்து அதை பொருத்த முயற்சிப்பது சரியானதல்ல. எனவே, இரண்டாம் நிலையில் பொருந்துகிற வசனத்தை தவிர்த்தல் வேண்டும். ஒரு உண்மை சத்தியத்தை தவறான வேத பகுதியை கொண்டு விளக்க முயற்சிப்பதும் தவறானதாகும்.

■ நம்மை ஒரு குறிப்பிட்ட சத்தியத்திற்கு செயல்பட தூண்டக் கூடிய வசனத்தை தெரிந்தெடுத்தல் வேண்டும்.

■ சுவிசேஷ புத்தகங்கள், நிருபங்கள், சங்கீதங்கள் என பழைய மற்றும் புதிய ஏற்பாட்டு புத்தகங்களிலிருந்து மாற்றி மாற்றி பிரசங்கம் செய்தல் வேண்டும்.

■ உங்கள் அனுபவத்திற்கும், முதிர்ச்சிக்கும், விசுவாச நிலைக்கும் ஏற்ப உங்கள் எல்லையை (Know your limit) அறிந்து பேசுதல் வேண்டும். (எபேசி.4:16; 1கொரி.7:20,24)

■ வேதாகமத்தில் உள்ள அனைத்து வேத பகுதிகளையும் மக்களுக்கு பிரசங்கிக்க வேண்டுமே தவிர எதையுமே தவிர்த்தல் கூடாது.

➲ பிரசங்கத்தில் கண்களை மூடிக்கொண்டோ அல்லது ஒரே இடத்தை அல்லது ஒரே நபரை பார்த்துக்கொண்டோ பிரசங்கித்தல் தவறானதாகும்.

➔ நமது கண்கள் அனைவரையும் சீரான முறையில் பார்த்தல் மிக அவசியம்.

➔ பிரசங்க பீடத்தில் வேகமாக ஓடிக்கொண்டோ, வேகமாக நடந்து கொண்டோ அல்லது பிரசங்கபீடத்தின் மேல் சாய்ந்து கொண்டோ அல்லது கால் மேல் கால் வைத்து கொண்டோ நிற்க கூடாது.

➔ மிக அதிகமான மற்றும் மிக குறைவான தொனியில் பேசாமல், கூடியிருக்கும் மக்கள் கூட்டத்தின் அளவுக்கேற்ப சத்தத்தை உபயோகித்தல் வேண்டும்.

➔ ஆராதனைக்கு பொருத்தமான (Fashion Show-க்கு செல்கிறேன் என்ற உணர்வுடன் அல்ல) உடையணிந்து சிரித்த முகத்துடன் காணப்படுதல் அவசியம்.

➔ அவசியமான இடத்தில் மட்டும் கோட் (Coat) அணியவும்.

➔ தலை சீவியிருத்தல், முகச்சவரம் செய்தல், நகம் வெட்டப்பட்டிருத்தல், சுத்தமான உடை அணிதல், வாய் துற்நாற்றம் இல்லாமை போன்றவற்றையும் கவனத்தில் கொள்ளவேண்டும்.

➔ காரியங்கள் : இப்பொழுது நான் உங்களிடம் 3 "காரியங்கள்" பற்றி பேச போகிறேன் என கூறுதல் தவறு. இவ்வாறு மொட்டையாக காரியங்கள் என கூறுவதை விட அதை குறிப்பிட்டு (Specific) கூறுவது சிறந்த பலனை கொடுக்கும். இதனை தவிர்க்க கீழ்காணும் முறைகளை கையாளலாம் ...

1. விசுவாசிகள் ஏன் ஜெபிக்க வேண்டும் என்பதற்கான நான்கு காரணங்கள் (Reasons).

2. கிறிஸ்தவ சீஷத்துவத்திற்கு தேவையான மூன்று குணாதிசயங்கள்.

3. மன்னிப்பதால் ஏற்படும் ஐந்து நன்மைகள் (Benefits).

4. ஆரோக்கியமான சபைக்கு தேவையான ஆற்றல் (Dynamic).

5. உண்மையான மனந்திரும்புதலுக்கான அடையாளங்கள் (Signs).

6. வாழ்க்கைத் துணையை நேசிக்க உதவும் சில
   கோட்பாடுகள் (Principles).

7. சுயநலத்தின் மூலம் ஏற்படும் ஆபத்துகள் (Dangers).

எனவே, இவ்வாறு 'காரியங்கள்' என மொட்டையாக கூறுவதை
தவிர்த்து மேற் கண்டவாறு குறிப்பிட்டு கூறுவதால், நம்
செய்தியை கேட்கும் மக்கள் நமது சிந்தையோடு இணைந்து
தேவசெய்தியை கவனமாக கேட்க உதவுகிறது.

■ 2 or 3 துணை வசனங்களுக்கு (Cross references) பதிலாக
  ஒன்றே போதுமானது.

■ பிரசங்க குறிப்பேட்டில் தலைப்பு, முன்னுரை, முக்கிய
  கருத்துகள், துணை கருத்துகள், வசன குறிப்புகள், பாடல்,
  முக்கியவரிகள், கதை, உதாரணங்கள், முடிவுரை
  போன்றவற்றை வெவ்வேறு வண்ணங்களில் முறையாக
  குறித்துக்கொள்வது பிரசங்க வேளையில் குழப்பமின்றியும்,
  தடுமாற்றமின்றியும் அடுத்த குறிப்புகளுக்கு நகர்ந்து செல்ல
  நமக்கு பெரிதும் உதவுகிறது.

■ முறையான ஜெபமும், வேத வாசிப்பும், வேத தியானமும்
  பிரசங்கத்திற்கு மிகசக்தி வாய்ந்த ஒன்றாகும்.

■ ஞாயிறு காலை பிரசங்கிக்க வேண்டுமானால் ஞாயிறு
  அதிகாலையிலோ அல்லது சனி இரவிலோ மட்டும்
  காத்திருக்காமல் எவ்வளவு சீக்கிரமாக செய்தியை ஆயத்தம்
  செய்ய நேரம் ஒதுக்க முடியுமோ, அவ்வளவு சீக்கிரமாக
  ஆயத்தம் செய்வது மிகவும் நல்லது. இது செய்தியை மிக
  சிறப்பான ஒன்றாக மாற்றும்.

■ போதிய பயிற்சி இல்லாத ஒருவரைக்கூட கடவுள்
  பயன்படுத்த முடியும் (உ.ம். மோசே, ஆரோன், தாவீது,
  கிதியோன் மற்றும் இயேசுகிறிஸ்துவின் சீஷர்கள்...) ஆனால்
  போதிய ஆயத்தம் மற்றும் அர்ப்பணிப்பு இல்லாத ஒருவரை
  கடவுள் பயன்படுத்துவதில்லை.

■ பிரசங்க நேரத்திற்கு பல நாட்களுக்கு முன் வியர்வை சிந்தி,
  பரிசுத்த வேதாகமம் மற்றும் புத்தகங்களை வாசித்தால்
  பிரசங்க நேரம் மிக சுலபமாக அமையும்.

- பிரசங்கத்தை எங்கே ஆரம்பிப்பது, எங்கே முடிப்பது என முன்னரே முறையாக திட்டமிடுதல் வேண்டும்.

- எந்த ஒரு பிரசங்கியும் தன் பிரசங்கத்தில் ஏதோ ஒரு வகையில் தங்கள் ஆசிரியர் மற்றும் ஆவிக்குரிய கதாநாயகர்களை பின்பற்றத்தான் செய்கிறார்கள். இது வேறு வழியில்லாமல் தவிர்க்க முடியாத ஒன்றாக தானாகவே ஒருவரிடம் ஒட்டிக்கொள்கிறது. அதே நேரத்தில் நாமாக ஒருவரின் பிரசங்க முறையை பின்பற்றுவது என்பது சரியல்ல. எனவே நாம் நாமாக இருப்பதே சிறந்தது, அவ்வாறு இருப்பதே ஒருவரின் தனித்தன்மையும் ஆகும்.

- பிரசங்கம் ஒரு கலை மட்டும் அல்ல அது ஒரு அறிவியலும் கூட. இப்படித்தான் பிரசங்கிக்க வேண்டும் என சில கட்டுப்பாடுகள் மற்றும் வரைமுறைகள் உள்ளன. அவற்றை ஒரு மாணவனைப்போல ஒரு பிரசங்கி முறையாக கற்றுத்தேறுதல் வேண்டும்.

- நீங்கள் நீங்களாக இல்லாமல் இன்னொருவரைப்போல இருக்க (நடிக்க) முயற்சித்தால் மக்கள் உங்களை ஏற்றுக்கொள்ளமாட்டார்கள்.

- நாம் ஒவ்வொருவரும் நம்மில் ஏதோ சில பகுதிகளை (குறைகளை) பார்க்க முடியாமல் இருக்கிறோம். எனவே நம்முடைய பிரசங்கத்தை தொடர்ச்சியாக மற்றும் எப்போதாவது கேட்பவர்களிடம் (நமது நன்மையை, உயர்வை விரும்புகிறவர்களிடம் அதாவது மனைவி, குடும்பம் மற்றும் நல்ல நண்பர்கள்) கருத்துகளை கேட்டு நம்மை சரிசெய்து கொள்ளவேண்டும்.

- நமது செய்தி எவ்வளவு சிறப்பாக இருந்தது? மக்கள் அதற்கு எவ்வாறு மாறுத்தரம் அளித்தார்கள் என்றல்லாமல் கடவுளுடைய சத்திய வார்த்தையை நான் உண்மையாய் கூறினேனா என்பதே மிக முக்கியமான குறிக்கோளாக இருத்தல் வேண்டும்.

- பிரசங்கபீடத்தை உங்களை உயர்த்துவதற்கோ, உங்கள் ஊழியத்தை பெருமையாய் பேசுவதற்கோ அல்லாமல் கிறிஸ்துவை உயர்த்துவதை மற்றும் அது ஒன்றே உங்கள் முதன்மையான குறிக்கோளாக இருக்க வேண்டும்.

- பிரசங்கபீடத்திலிருந்து உங்கள் முன் அமர்ந்திருக்கும் ஒருவரை பற்றி நீங்கள் ஏதாவது கூற விரும்பினால் அவரிடம் முன் அனுமதி பெறுங்கள். பிரசங்க நேரத்திற்கு முன் அவர்களிடம் அனுமதி பெற்று பேசுவது பல தேவையற்ற பின் விளைவுகளை தவிர்க்க உதவும்.

- தனிப்பட்ட ஆலோசனைக்கு உங்களிடம் வந்தவரின் பிரச்சனைகளை பிரசங்கபீடத்தில் அவரின் அனுமதியின்றி பேசுவது உங்கள் மீது அவர்கள் வைத்த நம்பிக்கையை அழித்துவிடுகிறது.

- அதிகமான பேச்சும், விளக்கமும் நல்லதல்ல. (நீதி.10:19)

- அறிக்கை செய்ய வேண்டிய காரியங்கள் ஏதாவது இருந்தால் மனிதர்களிடம் அல்ல கடவுளிடத்தில் கூறுங்கள். மனிதர்களிடம் அறிக்கையிடுவது உங்கள் தகுதியின்மையை நிரூபிக்கும். (எபே.5:12)

- அதே வேளையில் எதிர்பாராத விதமாக தவறு நடந்துவிட்டால் அதை மறைக்க முயலாமல் தன்னை தாழ்த்தி மன்னிப்பு கேட்கவும் தயங்க வேண்டாம். மேலும் அதிலிருந்து கற்று கொண்ட பாடங்களையும் மக்களுக்கு அறிவித்தல் நல்லது.

- உங்கள் வேதனைகளையும், கஷ்டங்களையும் மக்களிடம் கூறுவதைவிட அவைகளை நீங்கள் எப்படி மேற்கொண்டீர்கள் அல்லது அதிலிருந்து எப்படி வெற்றி பெற்றீர்கள் என்று கூறுவது மக்களுக்கு மிகுந்த பிரயோஜனத்தைக் கொடுக்கும்.

- பிரசங்கபீடத்தில் மக்கள் நம்மை அல்ல நம் மூலமாக இயேசு கிறிஸ்துவை காணவேண்டும். எனவே அதற்கேற்றாற்போல நமது பிரசங்கம் இருக்க வேண்டும்.

- பிறரின் எழுத்துக்கள் மற்றும் கருத்துகளை (Plagiarism) நம்முடையதைப் போல சித்தரிக்காமல் அது எங்கேயிருந்து எடுக்கப்பட்டது என்பதை உண்மையுடன் பகிர்தல் வேண்டும்.

- சிறந்த குரல் வளத்திற்கு பிரசங்கத்தின் முன் (சனிக்கிழமை இரவு) நல்ல தூக்கம் தேவை மற்றும் நல்ல குடிநீர் சிறந்த மருந்தாகும்.

- மைக் ஆப்பரேட்டர்களை சிறந்த நண்பர்களாக்கி கொள்வதோடு நாம் பேசுவது நமக்கும் கேட்கும் விதத்தில் ஒலிபெருக்கியை (Speaker box) அமைத்துக்கொள்வது தேவையற்ற வகையில் நாம் சத்தமிட்டு பேசுவதை தவிர்க்கும்.

- நாம் பேசும் தொனி வார்த்தைக்கு ஏற்ப ஏற்ற தாழ்வுடன் இருத்தல் வேண்டும்.

- பிரசங்கிக்கும் முறையில் கவனம் செலுத்துவதை விட செய்தியில் மிக அதிக கவனம் செலுத்த வேண்டும். (2 கொரி.12:7-10)

- பிரசங்க பீடத்தில் மிக கண்ணியத்துடனும், தாழ்மையுடனும் நடந்து கொள்ள வேண்டும்.

- தேவையற்ற நிபந்தனைகளையும், கோரிக்கைகளையும் நம்மை அழைத்தவருக்கு விடுக்கக்கூடாது.

- ஒரு பிரசங்கி (A Preacher) கடவுளின் அருட்செய்தியை மக்களுக்கு அறிவிக்கும் நல்ல அருட்செய்தியாளராகவும் (Herald) கடவுளுக்கும், மனிதருக்கும் இடையே நல்ல மத்தியஸ்தராகவும் காணப்படுகிறார்.

- பரிசுத்த ஆவியின் நிறைவோடும், கடவுளின் அதிகாரத்தோடும் கடவுளின் வார்த்தையை நாம் பேசுதல் வேண்டும். (மத்.7:28; மாற்.1:22; 3:15)

- "பிரசங்கம் ஓர் கடினமான இருதயத்தை உடைக்க வேண்டும் அல்லது ஓர் உடைந்த இருதயத்தை குணமாக்க வேண்டும". - ஜான் நியூட்டன்

- சபை ஆராதனையில் பிரசங்கியாருக்கு உதவுபவர்கள் பாவமன்னிப்பின் நிச்சயத்தைப் பெற்று இரட்சிக்கப்பட்ட, பரிசுத்த ஆவியின் அபிஷேகத்தை பெற்றவர்களாக இருப்பது கடவுளுக்கு பிரியமான ஆராதனையாக மாறும்.

- இறை வார்த்தையை அறிவிக்க பயப்படக்கூடாது. (2தீமோ.1:7)

- ஒலி பெருக்கி சாதனங்கள் (PA System - Public Address System) கணினி (Computer), இசைக் கருவிகள் (Music Instruments) மற்றும் அதனை இயக்குபவர்கள், ஆராதனை வீரர் (Worship Leader), பாடகர் குழுவினர் (Choir) ஆகியோரால் ஆராதனை நேரத்தில் ஏதேனும் இடையூறுகள் அல்லது அசௌகரியங்கள் ஏற்பட்டால் உடனே பிரசங்கிப்பவர் ஆராதனையில் அதனை சரி செய்ய முயற்சிக்காமல், கூடுமானவரை ஆராதனை துவங்கும் முன் அல்லது முடிந்தபின் அதை சரி செய்வது நல்லது. பிரசங்கியார் தான் பேசும் போதே அதை சரி செய்ய முயற்சிப்பது செய்தியை கேட்கும் பலருக்கு பல இடையூறுகள் ஏற்பட வாய்ப்பு உண்டு.

- பிரசங்க வேளையில் வாசிக்க வேண்டிய வசனங்கள் அனைத்தையும் பிரசங்கியாரே தனிதாளில் எழுதிவைத்து வாசிப்பது மிகவும் நல்லது. குறிப்பாக கூடுமானவரை திருமணம் மற்றும் மரணம் போன்ற நிகழ்வுகளில் இதை கடைபிடிப்பது மிகவும் நல்லது.

- ஒரு பிரசங்கி கடவுள் கொடுத்த ஆவிக்குரிய வரங்களை குறித்து கவனக்குறைவாக இருக்க கூடாது. அவ்வாறு கடவுள் கொடுத்த ஆவிக்குரிய வரத்தை பயன்படுத்தாமல் இருந்தால் அது எவருக்கும் பயனற்ற ஒன்றாக மாறிவிடுகிறது. (2 தீமோ.1:6; மத்.25:14-30)

- ஆழமாய் பிரசங்கிக்கிறேன் என்று கூறுகிற அநேக பிரசங்கிகளின் பிரசங்கமானது தண்ணீரில்லாத ஆழமான பாழ்கிணறுக்கு ஒப்பாகவே காணப்படுகிறது.

- இயேசு கிறிஸ்து தமது சீஷர்களை தெரிந்தெடுத்ததின் முதன்மையான நோக்கங்களில் ஒன்று அவர்கள் இறை வார்த்தையை பிரசங்கம் செய்யவேண்டும் என்பதாகும். (மாற்.3:14,15).

- பிரசங்கத்தில் நீ, நீங்கள் என்ற வார்த்தையை தவிர்த்து, நாம், நமது போன்ற வார்த்தைகளை உபயோகிப்பது நல்லது.

- ஆமென், அல்லேலூயா, கர்த்தருக்கு ஸ்தோத்திரம், கர்த்தர் உங்களை ஆசிர்வதிப்பாராக போன்ற வார்த்தைகளை பொருத்தமின்றியும், மீண்டும் மீண்டும் கூறுவதையும் தவிர்த்தல் வேண்டும்.

ஒரு பிரசங்கி தன் தனிப்பட்ட வாழ்க்கையில், குடும்ப வாழ்வில், ஆவிக்குரிய வாழ்வில் எப்படி வாழவேண்டும்? அவரின் மனைவி மற்றும் பிள்ளைகள் எப்படி வேண்டும் என்பதனை அப்போஸ்தலனாகிய பவுல் இளம் ஊழியர்களான தீமோத்தேயு மற்றும் தீத்து ஆகியோருக்கு (1,2 தீமோத்தேயு, தீத்து) எழுதிய நிருபங்களில் விவரித்துள்ளார்.

மேலும் அதிகமாய் அறிந்து கொள்ள பகுதி 2-யை வாசிக்கவும்.

  போதகர். கிளாக்ஸன் ஜேம்ஸ்

26. உடன் ஊழியருக்கு...

- உடன் ஊழியராக பணிபுரிதல் என்பது கடவுளால் ஒருவருக்கு கொடுக்கப்பட்ட ஒரு விசேஷ அழைப்பு ஆகும். உடன் ஊழியர்கள் அனைவரும் மூத்த போதகராக மாறுவதில்லை. சிலரை கடவுள் இறுதிவரை உடன் ஊழியராக இருக்கவே அழைத்திருக்கிறார். அவர்கள் பெயர் பெரிதாக மக்கள் மத்தியில் பிரபலமடைவது இல்லை என்றாலும் திரைக்கு பின்னால் மிகச் சிறந்த பணியை அவர்கள் செய்து வருகின்றனர். எனவே கடவுள் உங்களுக்கு கொடுத்த அழைப்பு என்ன என்பதை முதலாவது உறுதி செய்வது அவசியம்.

- ஞாயிறு செய்தியளிக்க வாய்ப்புக்காக காத்திராமல் எப்பொழுதும் ஆயத்தமாயிருப்பதோடு வாய்ப்பு கிடைக்கும் இடங்களிலெல்லாம் போதகருக்கு உதவியாக இருத்தல் மிக அவசியம்.

- மூத்த போதகரிடமிருந்து எவ்வளவுக்கு அதிகமாக கற்று கொள்ள முடியுமோ அவ்வளவு அதிகமாக கற்றுக் கொள்ளவேண்டும்.

- மேடையில் வாய்ப்பு தேடாமல் பணிவிடை செய்ய எப்பொழுதும் ஆயத்தமாயிருத்தல் மிக அவசியம்.

- மூத்த போதகர் நீங்கள் எங்கு இருக்கிறீர்கள் என்று தேடாமல் அவர் கண்களுக்கு எதிரே இருக்க முயற்சியுங்கள்.

- போதகரை பின்பற்றுகிறவராகவும் அவரிடம் அதிக நேரம் செலவிடுபவராகவும் இருக்கவேண்டும்.

- மூத்தபோதகரிடம் கேட்டு தெரிந்து கொள்கிறவராகவும், அதே வேளையில் அதிகம் பேசுகிறவராகவும் இருத்தல் கூடாது.

- வெற்றி மற்றும் தோல்விகள் மூலம் நல்ல பாடங்களை கற்றுக் கொள்ளவேண்டும்.

- மூத்த போதகரை பின் தொடரவும், தலைமையேற்கவும் எப்பொழுதும் ஆயத்தமாயிருக்கவேண்டும்.

- தலைமைத்துவத்தின் அதிகாரம் யாருக்கு கொடுக்கப்பட்டிருக்கிறதோ, அவர்களுக்கு மதிப்பு கொடுத்து கீழ்ப்படிபவராக இருத்தல் வேண்டும்.

- மூத்த போதகருக்கு எப்பொழுதும் உதவியாக இருக்கவேண்டுமே தவிர அவருக்கு எதிராக செயல்படுவதோ, சண்டையிடுவதோ தவறானதாகும்.

- சபையில் மூத்த போதகருக்கு விரோதமாக செயல்படும் மக்களுக்கு நண்பராக இருத்தல் கூடாது.

- மூத்த போதகரை விட அனுபவமும், வயதும், அறிவும், ஞானமும் அதிகம் இருந்தாலும் அவரை மதிக்க வேண்டும்.

- போதகருக்கு விரோதமாக மக்களிடம் பேசுவது அல்லது போதகருக்கு விரோதமாக பேசுபவருக்கு செவிகொடுப்பது என்பது முற்றிலும் தவறானதாகும்.

- மூத்த போதகரை மதிப்பதோடு, அவருடைய நம்பிக்கைக்கு உரியவராகவும், இரகசியங்களை காப்பவராகவும் இருத்தல் வேண்டும்.

- ஊழிய எல்லையை சுற்றி நடைபெறும் சம்பவங்கள் மேல் மிகவும் கவனமுள்ளவராய் இருந்து எவ்வளவு அதிகமாக மூத்த போதகருக்கு ஆதரவாகவும், ஊக்கப்படுத்துபவராகவும் இருக்க முடியுமோ அவ்வாறு இருத்தல் வேண்டும்.

- எதிர்காலத்தில் உங்கள் உடன் ஊழியர் எவ்வாறு இருக்க வேண்டும் என்று விரும்புகிறீர்களோ இப்பொழுது நீங்கள் உங்கள் மூத்த போதகருக்கு அவ்வாறு இருத்தல் மிகவும் அவசியம்.

- மூத்த போதகரைவிட பல சிறப்பு தகுதிகளும், திறமைகளும் உங்களுக்கு இருந்தாலும் பிறரது வாழ்த்துகளோ, உற்சாகமூட்டுதலோ அல்லது வாய்ப்புகளோ உங்களுக்கு பெருமையை ஏற்படுத்தாதவாறு பார்த்து கொள்ளுங்கள். கடவுள் உங்களை அந்த இடத்தில் வைத்திருப்பதற்கு பல நோக்கங்கள் உண்டு. எனவே நீங்கள் நீங்களாகவே இருங்கள். நீங்கள் உங்களை உயர்த்தாமல் கடவுள் உங்களை உயர்த்தும் வரை காத்திருங்கள்.

- ■ உங்களுக்கு கொடுக்கப்படாத அதிகாரத்தை நீங்கள் எடுக்க முயற்சிக்க வேண்டாம். உங்கள் நிலையில் (அழைக்கப்பட்ட அழைப்பில்) நிலைத்திருங்கள்.

- ■ கடவுளுடைய சரியான நேரம் வரும் வரை காத்திருங்கள். உங்களின் எல்லா நிலைகளையும் கடவுள் நன்கு அறிவார். மிகச் சரியான நேரத்தில் கடவுள் உங்களை நிச்சயம் மேன்மைபடுத்துவார்.

- ■ உங்கள் உண்மையான அழைப்பை மறந்து எங்கும் ஒளியாதீர்கள் அல்லது ஓடாதீர்கள்.

- ■ குழப்பத்திற்கு அல்லது ஐக்கிய கேட்டிற்கு ஒரு போதும் நீங்கள் உடன்படாதிருங்கள்.

- ■ எப்பொழுது உங்களால் உங்கள் மூத்த போதகரை மதிக்க முடியாமல் அல்லது அவரது தலைமைத்துவத்தை பின்பற்ற முடியாமல் போகிறதோ அப்பொழுது மூத்த போதகருடன் முதலாவது மனம் விட்டு பேசி சமாதானமாகுங்கள். அது முடியாமல் போகும்போது மூத்த போதகருக்கு எந்த மனவருத்தம் ஏற்படுத்தாமலும், உங்களுக்கு உள்ள உறவில் எந்தவொரு விரிசலும் உண்டாக்காமலும், சுமூகமாகவும், சமாதானமான முறையிலும் அவரை விட்டு விலகுவதே மிகச் சிறந்தது ஆகும்.

ஓர் மூத்த போதகர்
தன் உடன் ஊழியரை அல்லது
அடுத்த நிலை
தலைவரை ஒரு
அடிமையைப் போல
நடத்துதல் கூடாது.
தன்னை ஒரு
அதிகாரியாகக் கருதி
இறுமாப்புடன்
நடந்துகொள்ளக் கூடாது.
(1 பேதுரு 5:3)

இயேசுவும் தன்னுடைய சீஷர்களை
'என் சகோதரர்' என்றும் (யோவான் 20:17),
'சிநேகிதர்' என்றும் அழைத்தார்.
(யோவான் 15:15)

அப். பவுல் தீமோத்தேயு மற்றும் தீகிக்கு என்பவர்களை
'உடன் வேலையாள்(கள்)' என்றும் (1தெச.3:2), தீமோத்தேயு
மற்றும் தீத்துவை தன்னுடைய 'உத்தம குமாரர்(கள்)' என்றும்
குறிப்பிடுகிறார். (கொலோ 4:7)

அப்போஸ்தலர் பேதுரு மூப்பர்களுக்கு தன்னை 'உடன் மூப்பன்'
என்று தான் குறிப்பிடுகிறார். (1பேதுரு 5:1)

மேற்காணும் வசனங்கள், ஓர் மூத்த போதகர் தன் உடன்
ஊழியரை அல்லது அடுத்த நிலை தலைவரை எவ்வாறு நடத்த
வேண்டும் என்பதற்கு மிக சிறந்த உதாரணங்கள் ஆகும்.

முடிவுரை 

சிறந்த பிரசங்கியாக மாற, ஒரு சிறந்த பிரசங்கியின் புத்தகத்தை வாசிப்பதை விட அவரின் பிரசங்கத்தை பார்ப்பதே மிகச் சிறந்தது ஆகும். மேலும் அவரின் ஆடியோ மற்றும் வீடியோவையும் கேட்கலாம். ஏனெனில் அதில் தான் அவர் எவ்வாறு மிக சிறந்த முறையில் பேசுகிறார் என்பதை நாம் கண்டறிய முடியும்.

மக்களின் மனதில் மூன்று வகை பிரசங்கிமார்கள் காணப்படுகிறார்கள். அதாவது குறிப்பிட்ட ஒரு பிரசங்கியாரின் பிரசங்கத்தை...

1) கேட்க வேண்டும் என்ற மனநிலை.
2) கேட்க வேண்டிய அவசியம் இல்லை என்ற மனநிலை.
3) கண்டிப்பாக கேட்டே ஆக வேண்டும் என்ற மனநிலை.

இதில் மூன்றாம் வகை பிரசங்கியாரே மிகச் சிறப்பானவராகும்.

எனவே மிகச் சிறந்த பிரசங்கத்தை செய்ய வேண்டியது ஒரு பிரசங்கியாரின் மிக முக்கியமான கடமை ஆகும்.

சிந்தனைக்கு:
நீங்கள் இதில் எந்த வகையான பிரசங்கியாராக இருக்க விரும்புகிறீர்கள்?

குறிப்பு:
மிகச் சரியான புரிந்து கொள்ளுதலுக்கு வேத வசனங்கள் குறிப்பிடப்பட்டுள்ள இடங்களில் உள்ள வசனங்களை பரிசுத்த வேதாகமத்தை திறந்து வாசிக்கவும்.

CHARLES H.B. (2014) — **On Preaching.** Chicago: Moody Publishers.

CHOTE ALFRED. (2013) — **Preachers Great & Small,** Chennai: Moriah Ministries.

CHRZAN DAVID. (2019) — **How to Communicate to Change Lives.** California: Purpose Driven Church.

NEELY WINFRED OMAR. (2011) — **The Sacred Ministry of Style and Imagination in Biblical Preaching.** Chicago: Moody Bible Institute

STANLEY R. (2019) — **How to Preach Better (Tamil).** Sivakasi: New Shenbagam Offset.

https://www.britannica.com/topic/lectionary

https://rjchristiancoaching.com/7-steps-to-confirm-your-calling/?doing_wp_cron=1697593060.2381699085235595703125

https://tcnmedia.in/articles/how-to-identify-our-call-in-our-ministries/

கிறிஸ்துவுக்காக சேவை செய்யும் தலைவனாக இருப்பது எப்படி

How to be a
Servant - Leader for Christ

"...உங்களில் எவனாகிலும் பெரியவனாயிருக்க விரும்பினால், அவன் உங்களுக்குப் பணிவிடைக் காரணாயிருக்கக்கடவன். உங்களில் எவனாகிலும் முதன்மையானவனாயிருக்க விரும்பினால், அவன் எல்லாருக்கும் ஊழியக்காரனாயிருக்கக்கடவன். அப்படியே, மனுஷகுமாரனும் (இயேசுகிறிஸ்து) ஊழியங்கொள்ளும்படி வராமல், ஊழியஞ்செய்யவும், அநேகரை மீட்கும் பொருளாக தம்முடைய ஜீவனை கொடுக்கவும் வந்தார்..."
மாற்கு 10:43-45.

பகுதி-2

பொருளடக்கம்

முன்னுரை

கிறிஸ்துவை அறிவிக்கும் ஒரு பிரசங்கி வார்த்தையில் மட்டுமின்றி கிறிஸ்துவைப்போல சேவை செய்யும் ஒரு தலைவனாகவும் காணப்பட வேண்டியது மிகவும் அவசியமான ஒன்றாகும்.

தலைமைத்துவமானது சமுதாயத்திற்கு மட்டுமின்றி ஒவ்வொரு தனி மனித வளர்ச்சிக்கும், முன்னேற்றத்திற்கும் இன்றியமையாதது. மேலும், தலைமைத்துவ பண்பானது ஒவ்வொரு தனி மனிதனுக்குள்ளும் தனித்துவம் வாய்ந்த ஒன்றாக இருக்கிறது.

தலைமைத்துவ பண்பானது சிலருக்கு அது வெளிப்படையாக காட்சியளிக்கிறது. ஆனால் பலருக்குள் மறைந்தே காணப்படுகிறது. போதுமான கற்றல் திறனும், பயிற்சியும் இருந்தால் இவர்கள் தலைமைத்துவ பண்பில் சிறப்பாக செயல்படுவது உறுதி.

போதகர். கிளாக்ஸன் ஜேம்ஸ்

1. தலைமைத்துவம் என்பதன் விளக்கம்

> ஒரு வேலையை எப்படிச் செய்யவேண்டும் என்று தெரிந்திருப்பது ஒரு ஊழியரின் சாதனை.
>
> அதை மற்றவர்களுக்கு எடுத்துக் கூறுவதற்குத் தயாராக இருப்பது ஓர் ஆசிரியரின் சாதனை.
>
> சிறப்பாக வேலை செய்ய மற்றவர்களை உத்வேகப்படுத்துவது நிர்வாகத்தின் சாதனை.
>
> இந்த மூன்றையும் செய்யும் திறனைப் பெற்றிருப்பது உண்மையான தலைவர்களின் சாதனை.

- கை ஃபெர்கூசன்

■ தலைமைத்துவம் என்பது ஒருவர் தனது ஆற்றலை, செல்வாக்கை பயன்படுத்தி ஒரு காரியத்தை முடிப்பதற்கு ஒரு நபரை அல்லது ஒரு சூழலை தயார்படுத்துவது அல்லது அதற்கு அனைவரையும் ஒன்றிணைத்து செயல்பட வைப்பது ஆகும்.

- கிறிஸ்தவ தலைமைத்துவம் என்பது அதிகாரம் செலுத்துவது அல்ல, அதற்கு மாறாக பணிவுடன் சேவை செய்தல் ஆகும். நீங்கள் மனிதர்களுக்கு அல்ல கடவுளுக்கு சேவை செய்கிறீர்கள் என்ற உணர்வுடன் இருப்பதோடு, வேலைக்காரனைப் போல பிறரால் நடத்தப்படும் போதும் அதினால் பாதிப்படையாமல் சந்தோஷத்தோடு சகித்தல் வேண்டும்.

- தலைமைத்துவம் என்பது செல்வாக்கு. அதாவது உங்களை பின்பற்றுபவர்களை பெறக்கூடிய திறமை ஆகும். இங்கு செல்வாக்கு (influence) என்று குறிப்பிடுவது ஒரு தலைவரின் அறிவு, ஆற்றல், திறமை போன்றவற்றை குறிப்பதாக உள்ளது. ஆணையிடுதல், வழிகாட்டுதல், நடத்துதல், சேவை செய்தல் போன்றவற்றின் செயல்பாடாகவும் உள்ளது.

- தலைமைத்துவம் என்பது கடும் துன்பம் நிறைந்த அழைப்புக்கு மாறுத்தரம் கொடுப்பது அல்லது கீழ்படிதல் ஆகும். (எபி.5:4)

- ஒரு தலைவரை பொருத்தே அந்த தலைமைத்துவமானது நல்லதா அல்லது கெட்டதா என்று வரையறுக்கப்படுகிறது.

- ஓர் சிறந்த கிறிஸ்தவ தலைவர், தான் யார் என்றும், தான் எதற்காக இருக்கிறார் என்றும், எங்கு இருக்கிறார் என்றும் எப்பொழுதும் அறிந்திருத்தல் மிகவும் அவசியமாகும்.

- தலைமைத்துவமானது மக்களால் மக்களுக்காக மக்களோடு இணைந்து செயல்பட வேண்டிய ஒன்றாகும்.

- பதவி ஒரு தலைவனை ஏற்படுத்துவதில்லை; ஆனால் பின்பற்றப்படுபவர்களாலேயே ஒரு தலைவன் ஏற்படுத்தப்படுகிறான்.

- தலைவர்கள் புதிய புதிய காரியங்களை செய்வதில்லை; மாறாக காரியங்களை புதிதாக செய்கிறார்கள்.

- கிறிஸ்தவ தலைமைத்துவமானது ஒரு நிர்வாகத்தை நடத்த பயன்படுத்தப்படும் ஒரு கருவியாக மட்டுமின்றி ஒரு மனிதனை அல்லது தேசத்தையே மாற்றக் கூடிய சக்தியாகவும் உள்ளது. மேலும், இது கடவுளுடைய ராஜ்யத்தை விரிவாக்க கடவுளால் கொடுக்கப்பட்ட வெகுமதியாக உள்ளது.

- தலைமைத்துவமானது அதிகாரம் செலுத்தவோ அல்லது ஆதிக்கம் செலுத்தவோ அல்ல, மக்களை சரியான பாதையில் நடத்துவதற்கே தலைமைத்துவம் தேவை. (1பேது.5:2-4; மத்.20:25-28)

- ஒரு சாதாரண மனிதனுக்கும், ஒரு தலைவனுக்கும் உள்ள வித்தியாசம் என்னவெனில் ஒருவர் தனக்கு கொடுக்கப்பட்டுள்ள பணியில் அல்லது கடமையில் எந்த அளவுக்கு அதில் தனது தீவிரத்தை (அர்ப்பணிப்பை) காண்பிக்கிறார் என்பதை பொருத்தே உள்ளது.

- தலைமைத்துவத்தை ஒருவரும் ஒருபோதும் குறைவாக மதிப்பிடக் கூடாது.

2. உலக மக்களின் பார்வையில் தலைமைத்துவம்

உலக தலைவர்கள் சொல்வது என்னவென்றால், தங்களின் மேற்பார்வையில் வேலை செய்கிறவர்களை நம்பக் கூடாது என்றும் அதையும் மீறி அவர்களை அதிகம் நம்புவதால் அவர்கள் அதை ஆதாயமாக, தவறாக பயன்படுத்துவார்கள் என்றும் கூறுகின்றனர். மேலும் தலைவர்கள் வேலை ஆட்களோடு நெருங்கி பழகுவதை தவிர்க்க வேண்டும் என்றும் அவ்வாறு பழகுவதால் தலைவர்களை பலவீனமானவர்கள் என்று வேலை ஆட்கள் நினைப்பதாகவும் கருதுகின்றனர். சன்மானம், தண்டனை மற்றும் பயமுறுத்தி வேலை வாங்க வேண்டுமென்றும் இவ்வாறு தலைமைத்துவத்தை தங்களிடம் உள்ள பதவி, அதிகாரம் மூலம் செயல்படுத்த (பயன்படுத்த) வேண்டும் எனவும் கூறுகின்றனர்.

தலைமைத்துவ பண்பானது ஒருவர் பிறக்கும் போதே ஒவ்வொருவருக்கும் அது கடவுளால் கொடுக்கப்பட்ட வெகுமதியாக காணப்படுகிறது.

எனினும் பிறவியிலேயே அனைவரும் நல்ல சிறந்த தலைவர்களாக பிறப்பதில்லை மாறாக அவர்கள் உருவாக்கப்படுகிறார்கள். அதற்கு ஒருவரின் விருப்பமும் செயல்பட அர்ப்பணிப்பும் தேவை.

இவ்வாறு தலைமைத்துவ பண்பானது ஒரு வகுப்பறையில் கற்று தெரிந்து கொள்ள கூடிய காரியமன்று; மாறாக ஒருவரின் ஊக்கமளித்தலின் (Motivation) வழியாக ஏற்படுகிற ஒன்றாகவும் இருக்கிறது.

உதாரணமாக,

■ பிறப்பின் காரணமாக இயல்பாகவே
   உள்ள தகுதி - இளவரசி டயானா...

■ சேவை பண்பின் காரணமாக - அன்னை தெரசா...

■ தான் அடைந்த பதவி மற்றும் அதிகாரம்
   காரணமாக - ஹிட்லர்...

■ அறிவாற்றல் காரணமாக - டாக்டர். அப்துல் கலாம்...

■ திறமையால் வெற்றி பெற்ற தலைவர் - MS. தோனி...

ஒரு நல்ல தலைவர் தன்னை அறிவதின் மூலமாகவும்,
கல்வி, பயிற்சி மற்றும் அனுபவத்தின் வழியாகவே
சிறந்த தலைவராகிறார்.

3. கிறிஸ்தவ தலைமைத்துவம்

கிறிஸ்தவ தலைவர்கள் அனைவரும் எல்லா அதிகாரமும் கடவுளிடம் இருந்து வருகிறது என்று நம்புகின்றனர். மேலும் அவர்கள் அனைவரும் கடவுளால் தெரிந்துக் கொள்ளப்பட்டும், அழைக்கப்பட்டும் இருக்கிறார்கள். சிறந்த கிறிஸ்தவ தலைவர்கள் பதவியையோ அதிகாரத்தையோ சார்ந்திராமல் எல்லா அதிகாரத்திற்கும் துவக்கமான கடவுளையே நோக்கி பார்க்கின்றனர். (யோவா.15:16; லூக்கா 7:1-8; எபேசி.5:22-23, 6:1-4; யாத்.20:12; எபி.13:17; ரோமர் 13:1-7; 1 பேதுரு.2:17) கிறிஸ்தவ தலைமைத்துவம் ஆவிக்குரிய வரங்களில் ஒன்று. மேலும் இது பதவியல்ல ஒரு செயல்பாடாகும்.

கிறிஸ்தவ தலைவர்கள் உருவாக்கப்படுகிறார்கள். இவர்கள் எளிமையாய் துவங்குகிறார்கள். ஆனால் ஊழியத்தில் சில மேன்மைகள் வரும்போது அவர்களுக்குள்ளாகவே மறைமுகமான பெருமையை வளர்த்துக் கொள்கிறார்கள். பெருமையானது, தலைவருக்கும் தன்னை பின்பற்றுபவர்களுக்கும் இடையே தடைகளை ஏற்படுத்துகிறது. கிறிஸ்தவ தலைமைத்துவத்துக்கு ஆபத்தானதும் சேவக தன்மைக்கு எதிரானதும் என்னவென்றால் பெருமையை தவிர வேறு ஒன்றுமில்லை. பெருமை கடவுள் வெறுக்கிற ஒன்றாகும். (நீதி.16:17)

4. தரிசனம்

- தரிசனமானது அடையக்கூடிய அல்லது செயல்படுத்தக்கூடிய ஒரு கனவாக இருக்க வேண்டும்.

- தரிசனமும், இலக்கும் தலைமைத்துவத்தின் அடிப்படை கொள்கைகள் ஆகும். (நீதி.29:18)

- ஓர் சிறந்த தலைவர் மக்களின் தேவை என்ன என்பதை ஆராய முயலும் போது தான் தரிசனத்தை பெற்று கொள்கிறார். அதோடு தனது அறிவு மற்றும் அனுபவங்களை பயன்படுத்தும்போது அவர் தனது தரிசனத்தில் வெற்றி அடைகிறார். இவ்வாறு தரிசனமானது மக்கள் மேல் உள்ள கரிசனையின் அடிப்படையில் அமைய வேண்டும்.

- தரிசனமானது (Vision) நிறைவேற:
  - இலக்கு (Goal),
  - செயல்திட்டம் (Action Plan), மற்றும்
  - தானே அதை செயல்படுத்துவதற்கான அர்ப்பணிப்பு (Commitment to Implement)

  ஆகிய இம்மூன்றும் இருக்கவேண்டும்.
  மேற்காணும் மூன்றும் இல்லையெனில் தரிசனம் நிறைவேறாது.

- கிறிஸ்தவத்தில் தரிசனம் என்பது, தற்போதைய நிலையில் மனித கண்களுக்கு புலப்படாத மற்றும் அறிவுக்கெட்டாத ஒன்று, ஆனால் அது எதிர்காலத்தில் கடவுள் உதவியுடன் நிறைவேறும் என்ற நம்பிக்கையுடன் தன் விசுவாசக் கண்களால் பார்த்து அதை அடைய எடுக்கும் தீர்மானமே ஆகும்.
  (Vision in Christianity is a determination to see with the eyes of faith what cannot be seen or understood by human eyes in the present but can be fulfilled with God's help in the future).

- இலக்கு (Goal) என்பது, தரிசனத்தை அடைய தேவையான குறுகிய கால அடிப்படை திட்டங்கள் தான் இலக்கு ஆகும்.
  (A goal is a short-term basic plan needed to achieve the vision).

- ■ தலைவர்கள் கடந்த காலத்தையோ, நிகழ் காலத்தையோ அல்ல, எதிர் காலத்தைக் குறித்த தரிசனம் உள்ளவர்களாக இருப்பார்கள்.

- ■ ஓர் தலைவர் தரிசனம் உடையவராகவும் அந்த தரிசனம் கடவுளுடைய ஜனங்களுக்காகவும் இருத்தல் வேண்டும். மேலும் அந்த தரிசனமானது அடுத்த தலைமுறைக்கு பகிர்ந்தளிக்கப்பட வேண்டும்.

- ■ தலைவர் தன் ஸ்தாபனம் (நிறுவனத்தை) குறித்த தரிசனம் உள்ளவராக மட்டுமன்றி தன் மக்களை குறித்த தரிசனம் உள்ளவராகவும் இருக்கிறார்.

- ■ தரிசனம் இல்லாத (இலட்சியம் - Vision) தலைவரால் எவரையும் வழிநடத்த முடியாது.

5. கிறிஸ்தவ தலைமைத்துவத்தின் சில வகைகள்

■ சேவை செய்யும் தலைவர் - இயேசு
(Servant Leader)

■ தரிசனமுள்ள தலைவர்கள் - ஆபிரகாம், மோசே...
(Visionary Leaders)

■ அதிகாரமுள்ள தலைவர்கள் - மோசே, தாவீது...
(Empowering Leaders)

■ மாற்றங்களை ஏற்படுத்தும் தலைவர்கள் -
வில்லியம் கேரி, ஐடா ஸ்கேடர்...
(Transformational Leaders)

■ தீங்கு அனுபவிக்கும் தலைவர்கள் - (Suffering Leaders)
  ▸ மோசே - எபி.11:24-26
  ▸ இயேசு - மாற்கு 10:33
  ▸ பவுல்   - அப். 20:22-25

■ கடவுளின் பாராட்டை பெற்ற தலைவர்கள் - (1 தெச.2:6)
(Leaders who are Praise by God)
  ▸ மோசே - உண்மையுள்ளவன் (எண்.12:7)
  ▸ தாவீது - என் இருதயத்திற்கு ஏற்றவன். (1 சாமு.13:14)

6. இயேசுவும் தலைமைத்துவமும்

ஓர் தலைவனுடைய வாழ்க்கையே மற்றவர்களுக்கு ஒரு சிறந்த பாடமாக இருக்க வேண்டும்.

இயேசுவை பின்பற்ற விரும்புகிற ஒருவர், எல்லாவற்றையும் விட்டுவிட்டு இயேசுவை மட்டுமே பின் செல்லும்படியான அழைப்பு கொடுக்கப்படுகிறது. இதில் நாம் மிக முக்கியமாக கவனிக்க வேண்டிய காரியம் என்னவென்றால், கடவுள் மிகவும் சிறப்பு தகுதியும், திறமையையும் உள்ளவர்களை பார்த்து தமது இறைபணிக்கு அழைக்காமல் தமது அழைப்புக்கு செவி சாய்க்கிறவர்களை அல்லது கீழ்படிகிறவர்களை மட்டுமே தம்மை பின் செல்ல தகுதியுள்ளவர்களாக மாற்றுகிறார். இது மிகவும் சிறப்பு வாய்ந்த அழைப்பும் அர்ப்பணிப்பும் ஆகும்.

இயேசுவும் மற்ற அப்போஸ்தலர்களும் சேவக தலைமைத்-துவத்தை நமக்கு கற்றுத்தந்தது மட்டுமின்றி அவர்கள் அதன்படி வாழ்ந்தும் காட்டினார்கள்.

(யோவான் 13:1-16; 15:15; 1 தெச.2:6-9; 5:14; ரோமர் 15:1; கலா. 6:12; மத்தேயு 20:25- 28; 1பேதுரு 5:1-4).

மத். 4:19   Come - Follow me

மாற்கு 3:14   Be   - With me

மத். 28:18-20   Go   - Without me என்பது இயேசுவின்
                         தலைமைத்துவ பண்புகளில் ஒன்றாகும்.

7. தலைமைத்துவமும் அடுத்த தலைமுறையும்
2 தீமோ.2:2

- பாரம்பரிய கொள்கைக்கும் புதிய தலைமுறையினரின் கொள்கைக்கும் இடையே இடைவெளி இருப்பதைப்போலவே, பாரம்பரிய இலட்சியத்திற்கும் புதிய தலைமுறையினருக்கும் இடையே பெரிய இடைவெளி காணப்படுகிறது.

- எந்த ஒரு நிர்வாகத்தின் வளர்ச்சிக்கும் அதன் விரிவாக்கத்திற்கும் ஒரு முக்கியமான விதி என்னவென்றால் புதிய தலைவர்களை பயிற்றுவிப்பதே ஆகும்.

- ஓர் சிறந்த தலைவரால் மட்டுமே இன்னொரு தலைவரை உருவாக்க முடியும்.

- ஓர் நல்ல தலைவர் இன்னொரு தலைவரை உருவாக்குவதோடு அவருக்கு கொஞ்சம் அதிகாரங்களை அளித்து, செயல்பட வாய்ப்புகளை உருவாக்கி கொடுத்து மேற்பார்வை செய்து மேலும் அவர் சிறப்பாக செயல்பட ஊக்கபடுத்துகிறார். (எண்.27:20)

- அடுத்த நிலை தலைவரை உருவாக்குபவரே வெற்றியுள்ள தலைவர்.

சிந்தனைக்கு :

- நான் இன்னொரு தலைவரை உருவாக்கினேனா?
- நான் அடுத்த நிலை தலைவரை மிக கவனமுடன் உருவாக்கினேனா?
- அடுத்த நிலை தலைவரை உருவாக்க என்னிடம் செயல்திட்டங்கள் உள்ளதா?
- அடுத்த நிலை தலைவரை உருவாக்க நான் போதுமான நேரம் செலவிட்டேனா?

- வேதாகமத்தில் பல தலைவர்கள் அடுத்த நிலை தலைவர்களை உருவாக்கியதை நாம் காண முடியும். (மோசே & யோசுவா - யாத்.17:9-14; எண்ணா.27:15-23)

- தனி மனித தலைமைத்துவம் என்பது இயலாத மற்றும் வெற்றி பெறாத காரியம் ஆகும். (யாத்.18:14,17; ஆதி.2:18)

- ஓர் நல்ல தலைவர் தன்னால் இயலவில்லை என்றாலும் பிறரால் செய்ய இயலுவதை தடுப்பதில்லை. மோசேயால் இஸ்ரவேல் மக்களை கானானுக்குள் அழைத்து செல்ல முடியவில்லை. ஆனால், யோசுவாவை தயார்படுத்தினார்.

- அடுத்த நிலை தலைவர் முடிவுகளை எடுக்கவும், புதிய தொழில்நுட்பம், ஆலோசனை மற்றும் கருத்துக்களை கூறவும் மூத்த போதகர் அவருக்கு போதிய சுதந்திரம் வழங்க வேண்டும்.

- இரண்டாம் நிலை தலைவரை உருவாக்காமல் ஒரு மூத்த போதகரின் தலைமைத்துவ பணி நிறைவு பெறுவதில்லை அல்லது வெற்றியடைவதில்லை.

- அடுத்த நிலை தலைவரை உருவாக்கும் ஒரு தலைவர், அவரும் தன்னைப் போலவே இருக்கவேண்டும் என்று அவரை மாற்ற முயற்சிக்காமல், அவரிடத்தில் இருக்கும் திறமைகளை கண்டறிந்து, ஊக்கப்படுத்தி அடுத்த நிலை தலைவரை உயர்நிலைக்கு கொண்டுவர உதவ வேண்டும்.

- ஒரு குறிப்பிட்ட பணியை செய்து முடிக்க அடுத்த நிலை தலைவருக்கு, பல புதிய சட்டங்களையும், வழிமுறைகளையும் கொடுத்து அவரை மன உளைச்சலுக்கு ஆளாக்குவதைவிட , அடிப்படை வழிமுறைகளை மட்டும் கூறி அவரின் திறமைகளை பயன்படுத்தி அவர் அந்த குறிப்பிட்ட வேலையை சிறப்பாய் செய்ய அவருக்கு போதிய சுதந்திரமும், உரிமையும் அளித்தல் வேண்டும்.

- அடுத்தநிலை தலைவரின் பெலவீனத்தை சரி செய்வதாக நினைத்து அதை அடிக்கடி கூறுவது அல்லது அதனை சரி செய்ய அதிக பிரயாசப்படுவது அவரை இன்னும் பெலவீனப்படுத்தும். எனவே, அவரின் சிறப்புகளை கண்டறிந்து அதில் அவரை ஊக்கப்படுத்தும் போது தான் அவர் இன்னும் தன் பணியில் சிறப்பாக செயல்பட அது அவருக்கு வழி உண்டாக்கும்.

- அடுத்த நிலை தலைவர்கள் மதிக்கப்பட வேண்டும்.

■ அடுத்த நிலை தலைவருக்கு பொறுப்புகள் பகிர்ந்தளிக்கப்பட
வேண்டும். (Sharing the Responsibilities) தலைவரிடமோ,
அல்லது மற்றவர்களிடமோ தனது கருத்துக்களை பயமின்றி
பேச அவருக்கு உரிமை அளித்தல் வேண்டும்.

■ ஓர் தலைவர் தனது அதிகாரத்தை அடுத்தநிலை
தலைவருக்கு பகிர்ந்தளிக்கும் போது தான் இருவருக்கும்
இடையே நம்பிக்கை என்கிற உறவு கட்டப்படுகிறது.
(எண்ணா.27:20)

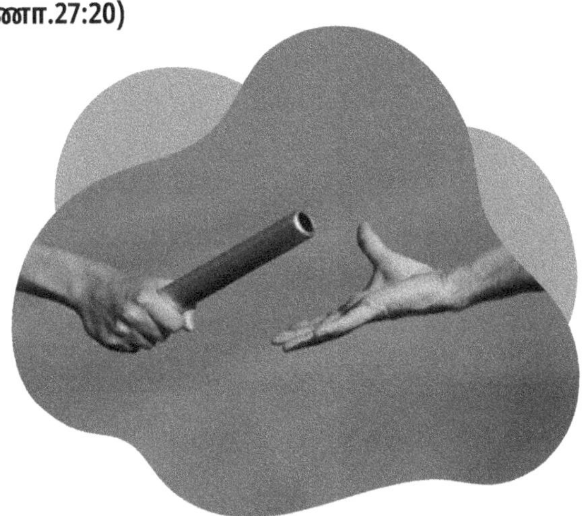

■ அதிகார பகிர்ந்தளிப்பு என்பது அடுத்த நிலை தலைவரை
உயர்ந்த, சிறந்த பொருப்பாளியாக மாற்றுகிறது. மேலும்
அவர் சிறந்த ஒரு தலைவராக உருவாக நல்ல வாய்ப்பாகவும்
அமைகிறது. இயேசு கிறிஸ்து இதற்கு ஓர் சிறந்த
உதாரணமாகும். (மாற்கு 3:13-15)

■ தலைவரின் மேற்பார்வையானது நான் உன்னை நம்புகிறேன்
என்ற அடிப்படையில் இருக்க வேண்டுமே தவிர நான்
உன்னை நம்பவில்லை என்ற அதிகார தோரணையில்
இருக்க கூடாது.

　　　　　　　　　　　　　　　போதகர். கிளாக்ஸன் ஜேம்ஸ்

8. அடுத்த நிலை தலைவர்களை தேர்வு செய்வது எப்படி?

1. திறமை உள்ள சரியான நபர்களை கண்டுபிடிக்க வேண்டும்.

   - தேவசித்தம் செய்பவராக இருக்கவேண்டும்.

   - கீழ்ப்படிபவராக இருக்கவேண்டும்.

   - நற்சாட்சி உடையவராக இருக்கவேண்டும்.

   - கண்காணிப்பை விரும்புகிறவராக இருக்கவேண்டும்.

2. அவர்களோடு சேர்ந்து ஜெபிக்கவேண்டும்.

3. ஊழிய தரிசனங்களை பகிர்ந்து கொள்ளவேண்டும்.

4. அவர்களை ஊழியத்தில் பங்குபெற வாய்ப்பளிக்க வேண்டும்.

5. அவர்களிடம் ஐக்கியத்தை வளர்த்து கொள்ளவேண்டும்.

6. ஊழியத்தின் பொறுப்புகளை பகிர்ந்தளிக்க வேண்டும்.

7. அவர்களின் ஊழிய வளர்ச்சியை கவனிக்க வேண்டும்.

8. அவர்களுக்கு தேவைப்படும் உபகரணங்களை கொடுத்து உ தவி செய்ய வேண்டும்.

9. அவர்கள் ஊழியத்தில் ஏற்படும் தவறுகளை சரிசெய்ய உதவி செய்தல் வேண்டும்.

10. அதிகாரத்தை பகிர்ந்தளித்து, அவர்கள் சிறப்பாக செயல்பட அவர்களை ஆசீர்வதிக்க வேண்டும்.

   - ஒரு சிறந்த தலைவர் அடுத்த நிலை தலைவரை உருவாக்க செய்ய வேண்டிய நான்கு படிகள்:

"I do, You watch - நான் செய்கிறேன், நீ / நீங்கள் கவனியுங்கள்
We do Together - நாம் சேர்ந்து செய்வோம்
You do, I watch - நீங்கள் செய்யுங்கள், நான் கவனிக்கிறேன்
You do, I coach" - நீங்கள் செய்யுங்கள்,
                   நான் பயிற்சியளிக்கிறேன்

- ஜான் சி மேக்ஸ்வெல்.

- உண்மை (2 தீமோ.2:2).

- தியாகம்   அர்ப்பணிப்பு   தாழ்மை   கீழ்ப்படிதல்.

- கற்றுக்கொள்ளும் மனநிலை.

- தன் தவறுகளை சரி செய்துக்கொள்ளுதல்.

- பிறரின் தேவையை உணர்ந்து தானாக செயலாற்றும் மனப்க்குவம் வேண்டும்.

- குறையை பிறரிடம் கூறாமல் அதனை தானே சரி செய்பவராக இருக்க வேண்டும்.

- பற்பல திறமைகள் இருப்பது கூடுதல் சிறப்பு.

- கடவுளுக்கும், மனிதருக்கும் முன்பாக மனத்தாழ்மையாய் நடந்துகொள்ளுதல் வேண்டும்.

- உதவி தேவைப்படுவோருக்கு சேவை செய்ய எப்பொழுதும் ஆயத்தமாயிருத்தல் வேண்டும்.

- நல்ல தகவல் தொடர்பாளராக (Good Communicator) இருத்தல் வேண்டும்.

- சேவை செய்ய கடவுளின் அழைப்பு மற்றும் தரிசனம் உடையவராக இருத்தல் வேண்டும்.

- நேரத்தை சரியாய் கடைபிடிப்பவராக இருக்கவேண்டும்.

- சுறுசுறுப்பானவராக காணப்படுதல் அவசியம்.

போதகர். கிளாக்ஸன் ஜேம்ஸ்

10. உலக மக்கள் எப்படி தலைவர்களை தெரிந்தெடுக்கிறார்கள் ?

- ☑ ஜாதி
- ☑ பணம்
- ☑ கல்வி
- ☑ செல்வாக்கு
- ☑ பேச்சுதிறமை
- ☑ கொடுக்கிறவர்கள்
- ☑ குடும்ப பின்னணி
- ☑ தங்களுக்கு சாதகமாய் செயல்படுபவர்கள்

11. கடவுள் எப்படி தலைவர்களை தெரிந்தெடுக்கிறார் மற்றும் எதற்காக தலைவர்களை தெரிந்தெடுக்கிறார் ?

கடவுளின் மக்களை, கிறிஸ்துவின் நிறைவான வளர்ச்சிக்கு கொண்டுவர நம்மை உண்மையுள்ளவர்கள் என்று எண்ணி கடவுள் இந்த கனமான ஊழியத்திற்கு தலைவர்களை (நம்மை) ஏற்படுத்துகிறார். (1 தீமோ.1:12, எபி.5:4)

இதனை சற்று விளக்கமாக (எபே.4:11-13) வரை உள்ள வசனங்களில் நாம் காணலாம். இதற்காகவே கடவுள் நமக்கு திருச்சபையையும், பலவகையான ஊழியங்கள் மற்றும் ஊழியர்களையும் (தலைவர்களையும்) தந்துள்ளார். ஆகவே கடவுளின் நோக்கம், திருச்சபையின் நோக்கம் மற்றும் கிறிஸ்தவ தலைவர்களின் நோக்கம் அனைத்தும் கிறிஸ்துவின் நிறைவான வளர்ச்சி என்ற ஒன்றே என்று கூறலாம். இதனை சற்று தெளிவாக நாம் இங்கே காணலாம்.

- *சபை மற்றும் சபை தலைவரின் தரிசனம்* (Vision)
  - கிறிஸ்துவின் நிறைவான வளர்ச்சி

- *இலக்கு* (Goal) - 3 E's

கிறிஸ்தவ தலைவரின் (திருச்சபையின்) முக்கிய இலக்கு (பணிகள்) சுவிசேஷப் பணிசெய்தல், சபையை பக்தி விருத்தியடையச் செய்தல், மற்றும் பரிசுத்தவான்களை சீர்பொருந்தச் செய்தல் ஆகும். (எபேசியர் 4:11-13)
இதனை 3 E's எனவும் கூறலாம்

  - சுவிசேஷப் பணிசெய்தல் (Evangelism)
  - பக்தி விருத்தியடைய செய்தல் (Edification)
  - பரிசுத்தவான்கள் சீர்பொருந்தச் செய்தல் (Equip)

1. Evangelism – சமுதாயத்தை பராமரித்தல்

  - கிறிஸ்துவைப் பற்றிய நற்செய்தி அறிவித்தல். - மாற்.16:15; மத்.28:18-20
  - பிறர்மேல் / சமுதாயத்தின்மேல் கரிசனை கொள்ளுதல் - பிலி.2:4; மத்.25:35-46

▸ தனக்கு பக்தி விருத்தி அடையச்செய்தல் - எபே.4:16
▸ பிறருக்கு பக்தி விருத்தி அடையச்செய்தல் -
ரோம.15:2; 1தெசலோ.5:11; 1கொரி.8:1

3. Equip – தன்னுடையவர்களை பராமரித்தல்

1. ஒருவரிலொருவர் அன்பாயிருங்கள்.
   யோவான் 15:12, 13:35; 1 பேதுரு 4:8; ரோமர் 12:10.

2. கனம்பண்ணுகிறதிலே ஒருவருக்கொருவர்
   முந்திக்கொள்ளுங்கள். ரோமர் 12:10

3. அன்பினாலே ஒருவருக்கொருவர் ஊழியம் செய்யுங்கள்.
   கலாத்தியர் 5:13; 1பேதுரு 4:10

4. ஒருவருக்கொருவர் அவயங்களாயிருங்கள்.
   எபேசியர் 4:16,25; 1கொரி.12:27 (14-30)

5. ஒருவருக்கொருவர் பொய் சொல்லாதிருங்கள்.
   கொலோ.3:9; எபேசியர் 4:25; லேவி.19:11

6. ஒருவர் பாரத்தை ஒருவர் சுமத்தல் வேண்டும்.
   கலாத்.6:2; அப்.4:32,35; கொலோ.3:13; பிலி.2:4; மத்.25:35-46

7. ஒருவருக்கொருவர் மன்னியுங்கள். கொலோ.3:13,14

8. குற்றங்களை ஒருவருக்கொருவர்
   அறிக்கையிடுங்கள். யாக்.5:16

9. ஒருவருக்காக ஒருவர் ஜெபம் பண்ணுங்கள். யாக்.5:16

10. ஒருவருக்கொருவர் தயவாயிருங்கள். எபேசியர் 4:32

11. ஒருவரையொருவர் தேற்றுங்கள். 1தெசலோ.5:11

12. ஒருவருக்கொருவர் பக்திவிருத்தியடையச்
    செய்யுங்கள். 1தெசலோ.5:11

13. ஒருவருக்கொருவர் புத்திசொல்லுங்கள்.
    ரோமர் 15:14, கொலோ.3:16,17; எபிரேயர் 3:13; 10:24,25

14. ஒருவருக்கொருவர் அநியாயம் செய்யக்கூடாது. லேவி.25:14

15. ஒருவரையொருவர் கடித்து பட்சிக்கக்கூடாது. கலாத். 5:15

16. ஒருவருக்கொருவர் கீழ்ப்படிய வேண்டும். 1பேது.5:5; எபே.5:21

17. ஒருவருக்கொருவர் விரோதமாய்ப் பேசாதிருங்கள். யாக்.4:11

18. ஒருவருக்கொருவர் விரோதமாய்
முறையிடாதிருங்கள். யாக்.5:9

19. முறுமுறுப்பில்லாமல் ஒருவரையொருவர்
உபசரியுங்கள். 1பேதுரு 4:9

20. ஒருவருக்கொருவர் உதவிசெய்யுங்கள். 1பேதுரு 4:10

இவ்வாறு திருச்சபையானது தன்னுடையவர்களை பராமரித்து அவர்களை சீஷத்துவ பணிக்கு தயார்படுத்த வேண்டும். இதற்காகவே கடவுள் கிறிஸ்தவ தலைவர்களையும், திருச்சபையையும், ஊழியங்களையும் ஏற்படுத்தி இருக்கிறார்.

▸ **ஊழியங்கள்:**
  ▸ அப்போஸ்தலர்கள் (Apostles)
  ▸ தீரக்கதரிசிகள் (Prophets)
  ▸ சுவிசேஷகர்கள் (Evangelists)
  ▸ மேய்ப்பர்கள் (Pastors, Shepherds) - போதகர்கள் (Teachers)

நமது பரிசுத்த வேதாகமம் மேய்ப்பர்கள் மற்றும் போதர்கள் ஊழியத்தை ஒன்றாக இணைத்தே கூறுகிறது. ஆகவே இதிலிருந்து நாம் அறிந்துகொள்ள வேண்டியது என்னவெனில்,வேதாகம ஆசிரியர்கள் அனைவரும் சபை மேய்ப்பராவதில்லை ஆனால் சபை மேய்ப்பர்கள் (Pastors, Shepherds) அனைவரும் கண்டிப்பாக போதகர்களாக (Teachers) அதாவது, வேதாகம ஆசிரியர்களாக இருக்க வேண்டியது அவசியமான ஒன்றாகும்.

இதோ, சீக்கிரமாய் வருகிறேன், அவனவனுடைய கிரியை-களின்படி அவனவனுக்கு நான் அளிக்கும் பலன் என்னோடே கூட வருகிறது. (வெளி.22:12)

12. சிறந்த தலைவராக இருப்பது எப்படி ?

சிறந்த தலைமைத்துவம் என்பது, இடையில் சரிந்துபோகாமல் அல்லது அழிந்து போகாமல் தொடர்ச்சியாக அது செயல்பட வேண்டியது மிக முக்கியமானதாகும்.

▸ குடும்பத்தின் தூண்கள்
▸ சபையின் தூண்கள்
▸ தேசத்தின் தூண்கள்
▸ முழு உலகத்தின் தூண்கள்
} சிறந்த தலைவர்கள்

- ஓர் நல்ல தலைவர் பிறர் வெற்றியடைய உதவுகிறார்.

- ஓர் நல்ல தலைவர் துவக்கிய காரியத்தை முடிக்கிறார்.

- ஓர் நல்ல தலைவர் சிறந்த மாதிரியாக இருக்கிறார். (1கொரி.11:1)

- ஓர் நல்ல தலைவர் முன் செல்லுபவராக இருப்பார். அதற்கு மாறாக பயந்து பின்வாங்குகிறவராக இருக்கமாட்டார்.

- தன்னால் இயலாத காரியத்தை பிறர் செய்ய கட்டாயபடுத்தமாட்டார்.

- தான் ஒன்றை செய்யும்படி இன்னொருவர் கட்டளையிட வேண்டும் என காலத்தை வீணடிக்கமாட்டார்.

- ஓர் சிறந்த தலைவர் தரிசனத்தை பெற்று அதற்கு மக்களை உற்சாகப்படுத்தி, சரியாய் திட்டமிட்டு மக்களோடு இணைந்து செயல்பட ஆயத்தமுள்ளவராக இருப்பார்.

- தன்னால் மட்டுமே சிறப்பாக செயல்பட முடியும் என்ற எண்ணம் வெற்றிக்கு வழி நடத்தாது.

- மிக முக்கிய காரியங்களை மட்டும் மேற்பார்வையிட வேண்டுமே தவிர அனைத்து காரியங்களிலும் தலையிடுதல் தேவையற்றது. குறிப்பாக எதை கவனிக்க வேண்டும் அல்லது கண்காணிக்க வேண்டும் என தெரிந்திருத்தல் வேண்டும்.

- ஓர் சிறந்த தலைவருக்கு தோல்வியை தனதாகவும் வெற்றியை பிறருடையதாகவும் ஏற்று கொள்ளும் மனபக்குவம் உண்டு.

- ஓர் சிறந்த தலைவர் தன்னை பின்பற்றுகிறவர்களுக்கு போதுமான தகவலை அளித்து அவர்களை முன் நின்று நடத்துவார்.

- தனது தவறு பிறரால் சுட்டிக்காட்டப்படும் போது அதை ஏற்றுகொள்ளும் மனபக்குவம் மற்றும் அதனை சரி செய்து கொள்ளும் குணம் இருக்க வேண்டும்.

- நல்லொழுக்கமுடையவராக இருப்பார்.

- தீர்க்கமான (Decission) முடிவுகளை எடுப்பார்.

- சரியானது எது என்பதை தீர்மானித்து தைரியமாக அதை பின்பற்றுவார்.

- பொறுமை உடையவராக இருப்பார்.

- அனைவரிடமும் (எதிரியிடமும்) நட்புடன் பழகும் தன்மை உடையவர்.

- மிக கவனமாகவும், சாதுர்யமாகவும் செயல்படும் திறன் உடையவராக இருப்பார்.

- தனக்காக அல்ல பிறருக்காக, பிறரை ஊக்கப்படுத்துபவராக அல்லது உற்சாகப்படுத்துபவராக காணப்படுவார்.

- தன்னை அல்லது சுயத்தை மையமாக கொண்ட தலைவர் தோல்வி அடைவது உறுதி, கடவுளை மையமாக வைத்து செயல்படும் தலைவரே வெற்றி பெறுவார்.

     போதகர். கிளாக்ஸன் ஜேம்ஸ்

- தகப்பனை போன்ற இருதயம் உடையவராக இருப்பார்.

- தலைவருக்கு தரிசனமும் அதில் உறுதியான அர்ப்பணிப்பும் தேவை.

- ஓர் சிறந்த தலைவர் மக்களை நம்புகிறார், மேலும் மக்களின் நம்பிக்கையை பெறுகிறார்.

- தலைவர் பிறர் கவனிக்கும் தன்மையை உருவாக்குகிறார்.

- தலைவர் மக்கள்மேல் கரிசனை உள்ளவராக இருக்கிறார்.

- தலைவர் தன் பணியை கீழ்கண்டவாறு முதன்மைப்படுத்துகிறார் (வகைபடுத்துகிறார்):

  - ▸ 1. முக்கியம் மற்றும் அவசரம்
    Important and urgent

  - ▸ 2. முக்கியம் ஆனால் அவசரம் இல்லை
    Important but not urgent

  - ▸ 3. முக்கியம் இல்லை ஆனால் அவசரம்
    Not important but urgent

  - ▸ 4. முக்கியமும் இல்லை, அவசரமும் இல்லை
    Neither important nor urgent

- ஓர் சிறந்த தலைவர் தான் செய்யும் பணியை, ஒரு குறிப்பிட்ட காலத்திற்குள் செய்து முடிக்கவேண்டும் என்ற அர்ப்பணிப்புடன் செயல்படுவார்.

- ஓர் சிறந்த தலைவர் தான் செய்யும் சிறிய பணியானாலும், பெரிய பணியானாலும் எதைச் செய்தாலும் அதில் முழு ஈடுபாட்டுடன் சிறப்பாகச் செய்வார்.

- தலைவர் நேரத்தை குறித்த ஜாக்கிரதை உள்ளவராக இருப்பார்.

- தலைவர் பணியை சிறப்பாக பகிர்ந்து கொடுக்கிறார்.

- தலைவர், மக்களிடம் மேலும் சில பொறுப்புகளை கொடுத்து மக்கள் சிறப்பாக செயல்பட ஊக்கப்படுத்துகிறார்.

- தலைவர், வாய்ப்புகளை சரியாய் பயன்படுத்திக்கொள்கிறார்.

- தன்னைப் போலவே மற்றவர்களும் சிறப்பாக செய்ய முடியும் என்று நினைக்கிற மனம் உள்ளவர்.

- மற்றவர்களும் சிறப்பாக செய்ய வேண்டும் என்று எண்ணி அவர்களை செய்ய தூண்டும் விதமாக பேசுவார்.

- நன்றாக இருப்பதை பாராட்டும் குணம் உள்ளவர்.

- அன்பும், மரியாதையும் கலந்த கட்டுப்பாட்டுடனும் பயத்தின் அடிப்படையில் அல்லாமல் சேவையின் அடிப்படையில் வேலை செய்வார்.

- தவறு ஏற்படும் பட்சத்தில் வெளிப்படையாக மன்னிப்பு கோருவார்.

- ஓர் சிறந்த தலைவர் நான் என்று பேசுவதை தவிர்த்து நாம் என்றே குழுவில் பேசுவார்.

- வெற்றியின் பெருமைகளை குழுவினருடன் பகிர்ந்து கொண்டாடுவார்.

- கடவுளுக்கு பிரியமானவராகவும், நல் ஒழுக்கம் உள்ளவராகவும் இருப்பார்.

- மற்றவர்களுக்கு சிறந்த முன் மாதிரியாக இருப்பார்.

- பிறரிடம் இருக்கும் நல்ல குணங்களை நோக்குவார்.

- மற்றவர்கள் பேசுவதை காது கொடுத்து கேட்பார்.

- மற்றவர்களை பாராட்ட தயங்கமாட்டார்.

- மக்களோடு இணைந்து செயல்படும் திறன் உடையவர்.

- பிரச்சனைகளை கண்டு பயந்து ஓடி ஒளிந்து போகமாட்டார்.

- சரியான நேரத்தில் சரியான காரணங்களுக்காகத் தங்கள் செல்வாக்கைப் பயன்படுத்துவார்கள்.

- தோல்வியில் அதிகப் பங்கையும், வெற்றியில் குறைவான பங்கையும் எடுத்துக் கொள்வார்கள்.

  போதகர். கிளாக்ஸன் ஜேம்ஸ்

- பிறரை வழிநடத்த முயற்சிக்கும் முன், தங்களை வெற்றிகரமாக வழி நடத்துவார்கள்.

- எல்லோருக்கும் தெரிந்த விடையைத் தேடாமல், தொடர்ந்து சிறந்த விடையையே தேடுவார்கள்.

- தாங்கள் வழிநடத்தும் மக்கள் மற்றும் நிறுவனங்களின் மதிப்பை அதிகரிப்பார்கள்.

- தங்கள் சொந்த நலனுக்காக இல்லாமல், பிறரது நன்மைக்காக உழைப்பார்கள்.

- சரியான வழியைத் தெரிந்துகொள்வார்கள்,
  அந்த வழியைப் பின்பற்றுவார்கள்,
  அதே வழியைப் பிறருக்குக் காட்டுவார்கள்.

- அச்சுறுத்துவதற்கும் வஞ்சிப்பதற்கும் மாறாக, பிறரை உத்வேகமூட்டி ஊக்குவிப்பார்கள்.

- மக்களுடைய பிரச்சனைகளைத் தெரிந்து கொள்வதற்காக மக்களோடு வாழ்வார்கள், அப்பிரச்சனைகளைத் தீர்ப்பதற்காகக் கடவுளோடு வாழ்வார்கள்.

- தங்கள் பதவியையைவிடத் தங்கள் மனநிலை மிக முக்கியம் என்பதை உணர்ந்தவர்கள்.

- கருத்து கணிப்பைப் பின்பற்றாமல், புதிய கருத்துக்களை உருவாக்குபவர்கள்.

- தங்கள் நடத்தையின் பிரதிபலிப்பு தான் ஒரு நிறுவனம் என்பதைப் உணர்ந்தவர்கள்.

- பொறுப்புகளைச் சுமக்கும் நேரங்கள் தவிர, மற்ற நேரங்களில் தங்களைப் பிறரை விட உயரத்தில் வைக்காதவர்கள்.

- மாபெரும் விஷயங்களில் உண்மையாக இருப்பதைப் போலவே, சிறிய விஷயங்களிலும் உண்மையைக் கடைப்பிடிப்பவர்கள்.

- பிறர் தங்களை ஒழுங்குபடுத்தாமல் தாங்களாகவே சுய கட்டுப்பாட்டுடன் வாழ்பவர்கள்.

- உலகின் போக்குகள் எதுவாக இருந்தாலும், சரியான திசையைக் காட்டும் ஓர் ஒழுக்க நெறியைப் பின்பற்றுபவர்கள்.

- பரிசுத்த ஆவியின் நிரப்புதலில் எப்போதும் இருப்பவர்கள். (அப்.6:3)

   பிலிப்பு வனாந்திரமான இடத்திற்கு ஆவியானவரால் கொண்டுபோகப்பட்டான். (அப்.8:26)

   ஆவி போக வேண்டுமென்றிருக்கிற எவ்விடத்துக்கும் கேருபீன்கள் சென்றன. (எசே.1:12)

   ‣ தன் சொந்த இஷ்டத்திற்கு அவைகள் எங்கும் போகவில்லை.

   ‣ கேரூபின்கள் தங்கள் சித்தத்தை செய்ய நினைக்கவில்லை.

- கடவுள் செய்வதை தவிர்த்து நாமாக எந்த ஒரு முடிவும் செய்யக்கூடாது.

- நல்ல தலைவர்கள் முதலாவது நல்ல சேவையாளராக காணப்படுவார்கள். "Good Leaders must first become good servants" - Robert Greenleaf.

- தலைவர் குறைவாகவே பேசுவார் (Leader is a man of lesser words), மேலும் தாறுமாறானவைகளை பேசிக்கொண்டிருக்கமாட்டார்.

- தலைவர்கள் வாசிக்கும் பழக்கம் உடையவர்கள். "Leaders are Readers"- Pastor Rick Warren.

- பரிசுத்த வேதாகமமானது தலைவர், தலைமைத்துவம் என்பதைவிட சேவை செய்தல், பணிவிடை செய்தல் என்பதை குறித்தே நமக்கு அதிகம் போதிக்கிறது.

- ஓர் தலைவர் தன் பணியை ஏன் செய்கிறோம் என்று உணறும் போது மட்டுமே தன் பணியை சிறப்பாகவும், வெற்றியாகவும் செய்து முடிக்க முடியும்.

- இழிவான ஆதாயத்திற்காக தகாதவைகளை பேசுகிறவர்களின் வாயை அடைக்க வேண்டும். (தீத்து 1:10,11)

- முடியாது, செய்யமாட்டேன் என்ற எதிர்மறை வார்த்தைகளை தவிர்த்து நேர்மறை வார்த்தைகளை உபயோகித்தல் வேண்டும்.

- எப்பொழுதும் எல்லாம் தன்னால் முடியும் என்று எண்ணாமல், உதவி தேவைப்படும் பொழுது பிறர் உதவியை நாடவேண்டும்.

- ஒரு நல்ல தலைவர் பிறரை விமர்சிப்பதை அல்லது குறைகள் கூறுவதை தவிர்த்து பிறரின் நல்ல செயல்களை பாராட்டி, உற்சாகப்படுத்துவார்.

- பிறர் மனம் புண்படாமல் பிறரின் தவறுகளை அல்லது குறைகளை மிக கவனமாகவும், ஞானமாகவும் இறை அன்புடன் எடுத்துக் கூறுவார்.

- மக்களுக்கு நன்மை உண்டாகும் என உறுதியாக தெரிந்திருக்கும் காரியத்தில் மாற்றங்கள் செய்ய பயப்படாமல் அதன் அவசியத்தையும், பயனையும் எடுத்துக் கூறி மக்களுக்கு எவ்வித பாதிப்பும் ஏற்படுத்தாமல் மாற்றங்களை ஏற்படுத்துவார்கள்.

- கசப்பு மற்றும் பகைமை உணர்வின்றி மன்னிக்கும் குணம் உடையவர்களாயிருப்பார்கள்.

- எதிர்மறை எண்ணங்களை தவிர்த்து நேர்மறை சிந்தனை உடையவர்களாயிருப்பார்கள்.

- எல்லாம் தனக்கு தெரியும் என்ற எண்ணம் உடையவராக இல்லாமல் கற்றுக்கொள்ளும் எண்ணம் உடையவராக காணப்படுவார்.

- தோல்விகள் ஏற்படும் போது அதற்கு பிறர்மேல் காரணம் காட்டாமல் தானே அதற்கு பொறுப்பேற்பார்.

- எப்பொழுதும் கட்டளையிடுபவராக மட்டும் அல்ல கற்று கொடுப்பவராகவும், பயிற்சி அளிப்பவராகவும், தேவை ஏற்படும் போதெல்லாம் சேர்ந்து செயல்படுபவராகவும், தவறுகளை அல்லது இடையூறுகளை சரி செய்பவராகவும், பிறருக்கு மதிப்பளித்து, ஊக்குவிப்பவராகவும் காணப்படுவார்.

- சுத்த இருதயம் உள்ள நபராக இருக்கவேண்டும். (1தீமோ.1:5)

- கபடற்ற இருதயம் வேண்டும். (அப்.8:20,21)
  - அனனியாவின் இருதயத்தை பொய் சொல்லும்படி சாத்தான் நிரப்பினான். (அப்.5:1-11)
  - நம்முடைய இருதயத்தில் தீமையான எண்ணங்களுக்கு இடங்கொடுத்தால் அது நமக்கு அனனியாவைப் போல் தீமையாக முடியும்.

- ஆடுகளுக்காக தன் ஜீவனை கொடுக்கிறவனாக இருக்க வேண்டும். (1தெச.2:8)

- தன்னுடைய நன்மையை பாராமல் பிறனுடைய நன்மையை விரும்ப வேண்டும். (1கொரி.10:24; பிலி.2:4,5)

- மனிதனை அல்ல கடவுளை பிரியப்படுத்த வேண்டும். (1தெச.2:4)

- ஊழியத்தை குறித்த தெளிவு மற்றும், வைராக்கியம் உள்ளவராக இருக்க வேண்டும். (யோவான் 5:17; எபி.4:11; 6:11-12)

- தொடக்கத்தில் உள்ள ஜாக்கிரதை இறுதி வரை இருக்க வேண்டும். (ரோமர் 12:11; எரே.48:10)

- விசுவாசத்தின் இரகசியத்தை சுத்த மனசாட்சியில் காத்துக் கொள்ள வேண்டும். (1தீமோ.3:9)

- தேவனுடைய சித்தத்தின்படி ஊழியம் செய்ய வேண்டும். (அப்.13:36)

- மற்றவர்களால் குற்றம் சாட்டப்படாதவனாக இருக்க வேண்டும். (2கொரி.8:20,21; ரோமர் 14:18)

- உலகத்தால் கறைபடாதவனாக இருக்க வேண்டும். (யோவா.1:27,16; யோவா.5:18; 1 தெச.2:16; 2 தீமோ.2:17)

- ஜெப வாழ்க்கை உள்ளவராக இருக்க வேணடும். (1 தெச.1:2-4)

- நம்முடைய வாழ்க்கை மற்றவர்களுக்கு ஒரு சிறந்த முன்மாதிரியாக இருக்க வேண்டும். (1 தெச.1:6)

- கஷ்டத்திலும் உற்சாகமாய் ஊழியம் செய்ய வேண்டும். (வெளி.20:18; 2 தீமோ.1:6)

- இச்சகமான வார்த்தைகளை பேசக் கூடாது. (1தெச.2:5)

- மனுஷனால் வரும் மகிமையை தேடக் கூடாது. (1தெச.2:6)

- மற்றவர்களுக்கு பாரமாக இருக்க கூடாது. (1தெச.2:9)

- கடவுள் பயத்தில் ஊழியம் செய்ய வேண்டும்.

- பயத்தோடும், பக்தியோடும் கடவுளுக்கு பிரியமாய் இருக்க வேண்டும். (எபி.12:28)

- உத்தம இருதயத்தோடும், உற்சாக மனதோடும் கடவுளை தேட வேண்டும். (1நாளா.28:9)

- கடவுள் என்னை காண்கிறார் என்ற உணர்வு வேண்டும். இந்த உணர்வு இருக்கும்போதுதான் நம்மால் தீய செயல்களை செய்ய முடியாது.

- ஓர் கிறிஸ்தவ தலைவர் கிறிஸ்துவுக்கு அடிமையாகவும், (Slave) அவரை பின்பற்றுபவர்களுக்கு நல்ல ஒரு சேவகனாகவும் அல்லது பணிவிடை (Servant) செய்பவராகவும் இருத்தல் வேண்டும். எனவே தான் ஒரு கிறிஸ்தவ தலைவர் சேவை செய்யும் தலைவராக (Servant Leader) வர்ணிக்கப்படுகிறார்.

- ஓர் கிறிஸ்தவ தலைவர் தம்மை பின்பற்றுகிறவர்களின் ஆன்மீக வளர்ச்சியில் அதிக கவனம் உடையவராகவும், கடவுளுடைய வார்த்தையில் அவர்களை நிலைநிற்கச் செய்பவராகவும், தவறான உபதேசங்கள் மற்றும் கள்ள தீர்க்கத்தரிசிகள் மற்றும் கள்ள போதகர்களிடமிருந்து கடவுளின் மக்களை பாதுகாப்பவராகவும் இருக்கவேண்டும்.

- கிறிஸ்தவ தலைவர், கிறிஸ்துவின் சரீரமாகிய சபையின் மேல், கரிசனை உள்ள அனைத்து ஆண்கள் மற்றும் பெண்களுக்கு கடவுள் இந்த தலைமைத்துவ வரத்தை கொடுத்து, அவர்கள் அனைவரும் கிறிஸ்துவின் நிறைவான வளர்ச்சி அடைய அவர்களுக்காக ஜெபிக்கிறார் மற்றும் அவர்கள் கிறிஸ்துவுக்குள் வளர உதவுகிறார்

- தலைமைத்துவ வரத்தை பெற்றவர்கள், தங்களை அல்ல எப்பொழுதும் கிறிஸ்துவை மட்டுமே தங்கள் வாழ்வில் மகிமைப்படுத்துகிறவர்களாக காணப்படவேண்டும்.

13. ஆவிக்குரிய தலைவனிடம் இருக்கவேண்டிய குணாதிசயங்கள்

- கடவுள் பயம்.
- நல்லகுணம், நற்சாட்சி.
- தாழ்மை.
- நேர்மை.
- மற்றவர்களுக்கு மதிப்பளித்தல்.
- அனைவரிடத்திலும் நல்ல உறவு.
- புரிந்துகொள்ளும் தன்மை.
- உதவி செய்யும் குணம்.
- அனைவரிடத்திலும் அன்பு.
- அக்கறை.
- சாந்தகுணம்.
- நம்பிக்கைக்குரியவராய் இருத்தல்.
- தன்மேல் நம்பிக்கை மற்றும் பிறர்மேல் நம்பிக்கை வைத்தல்.
- வேலையில் திறமை.
- பிரச்சனைகளை சமாளிக்கும் திறன்.
- நல்ல தகவல் தொடர்பாளர்.
- தரிசனம்.
- ஞானம்.
- சரியாகவும், விரைவாகவும், தீர்மானம் எடுக்கும் திறன்.
- பொறுப்புக்களை பகிர்ந்தளிப்பவர், கூடவே அதிகாரத்தையும் பகிர்ந்து கொடுப்பவர்.
- கடமையில் அர்ப்பணிப்பு.
- நேர்மறை சிந்தனை.
- படைப்பாற்றல்.
- உள் உணர்வை புரிந்துக் கொள்ளும் திறன்.
- அனைவரிடமும் நல்ல அணுகுமுறை.

14. தலைமைத்துவத்தில் சரியாக செயல்பட முடியாமல் இருப்பதற்கான காரணங்கள்

- தூர தரிசனமில்லாமல் குறுகிய கண்ணோட்டத்தில் செயல்படுவது தோல்விக்கு நேராக வழி நடத்தும்.

- எரிச்சல்   ■ சர்வாதிகாரம்.

- தரிசனத்தை பிறரோடு பகிர்ந்தளிக்காமை.

- மற்றவர் மேல் ஆதிக்கம் செலுத்தும் தன்மை.

- நெறி தவறுதல் - ஒழுக்கக்கேடு (கலா.5:19-21)

- பயம்   ■ தாழ்வு மனப்பான்மை   ■ லஞ்சம் (ஊழல்).

- தனது கடமையை முடிக்க முடியுமா என்பதில் சந்தேகம்.

- பெருமை   ■ பொறாமை   ■ நான் என்ற ஆணவம்.

- சகிப்பு தன்மை இல்லாமை   ■ நம்பிக்கையற்ற நிலை.

- ஒவ்வொரு திருச்சபை தலைவர்களும் கடவுளிடத்திலிருந்து அதிகாரம் பெற்றவர்கள். அந்த அதிகாரத்தை தவறாக பயன்படுத்தும் போது பின்னடைவு ஏற்படுகிறது.

- ஆவிக்குரிய கனிகள் இல்லாமை. (கலா.5:22-23)

15. உலக மற்றும் ஆவிக்குரிய தலைவர்களின் நிலை

உலக தலைவர்கள்	ஆவிக்குரிய தலைவர்கள்
தன்னை மையமாக கொண்ட சுயநலவாதிகள்	கடவுளை மையமாக கொண்ட பிறர் நல விரும்பிகள்
தன்னம்பிக்கை கொண்டவர்கள்	கடவுள்மேல் விசுவாசம் கொண்டவர்கள்
மனித நட்புகளை மட்டுமே அறிந்தவர்கள்	மனிதர்களையும், கடவுளையும் அறிந்தவர்கள்
சொந்த முடிவுகளை எடுப்பவர்கள்	கடவுளுடைய விருப்பத்தை அல்லது சித்தத்தையே முடிவாக இருக்க நினைப்பவர்கள்
சொந்த திட்டங்களுக்கு முன்னுரிமை அளிப்பார்கள்	கடவுளுடைய திட்டத்துக்கு முன்னுரிமை கொடுப்பார்கள்
அதிகாரத்தில், கட்டளை இடுவதில் மகிழ்பவர்கள்	கடவுளுக்கு கீழ்ப்படிவதில் மற்றும் மக்களுக்கு சேவை செய்வதில் அகமகிழ்வார்கள்
தன்னாட்சியோடு வாழ விரும்புவார்கள்	கடவுளை சார்ந்து வாழ விரும்புவார்கள்

16. தலைமைத்துவத்தில் காணப்படும் சவால்கள்

- தடைகளும் வெற்றிக்கான இரகசியங்களுள் ஒன்றுதான். தடைகள் தான் ஒருவரை வீறு கொண்டு விரைந்து செயல்பட வைக்கும்.

- வழி காட்டும் தடையாக இருந்தால் அதை சார்ந்து ஓடுங்கள். அதே வேளையில் உங்களை தடுத்து நிறுத்தும் தடையாக இருந்தால் அதை உடைத்துவிட்டு முன்னேறுங்கள்.

- ஓர் சிறந்த தலைவரால் அனைவரையும் பிரியப்படுத்துவது என்பது இயலாத காரியம். இலக்கை அடைய சில வேளைகளில் கடினமான முடிவுகளை எடுக்க வேண்டியது வரலாம். அப்போது ஏற்படும் எதிர்விளைவுகளையும் சந்திக்க தன் மனதை எப்பொழுதும் பக்குவப்படுத்தியிருக்க வேண்டும்.

- ஓர் சிறந்த தலைவர் விமர்சனங்களை கண்டு பயப்படவோ அல்லது சோர்ந்து போகவோ மாட்டார். அதே வேளையில் விமர்சனங்கள் அனைத்தும் தனது வளர்ச்சிக்கு மேலும் உதவும் என கருதுவார்.

- பின்னடைவுகளை எதிர்கொண்டு, அவற்றை முன்னேற்றத்திற்கான படிகளாக்கிக் கொள்வார்கள்.

- சேவை செய்தல் (பணிவிடை) என்பது உலகமக்கள் பார்வையில் ஏளனமான, அற்பமான, தரம் தாழ்ந்த ஒன்றாக கருதப்பட்டாலும், கிறிஸ்தவ தலைமைத்துவ பண்பில் சேவை அல்லது பணிவிடை செய்தல் முதன்மையானது மற்றும் உயர்ந்த பண்பு என்பதை இயேசுவே இவ்வுலகிற்கு தம் வார்த்தை மற்றும் வாழ்க்கை வழியாக வெளிப்படுத்தினார்.

- தன்னை தியாகமாய் அர்ப்பணித்தல், தனிமை, சோர்வு, கேலி, ஒதுக்கப்படுதல், மன அழுத்தம், குழப்பம் போன்றவை ஒருவர் தலைமைத்துவ பொறுப்புக்கு செலுத்த வேண்டிய கிரயமாகும்.

■ பெருமை, பொறாமை, புகழ், மனசோர்வு, தகுதியிழப்பு, சுயம், தவறிழைக்காமை, கட்டாயப்படுத்தப்படுதல் போன்றவை தலைமைத்துவத்திற்கான சோதனைகளாகும்.

■ பிறரின் கேலி, கிண்டல், பரியாசம், விமர்சனம், தோல்விகள் போன்றவற்றை குறித்து பயப்படாமல் தேவை ஏற்படும் பொழுது கடினமான முடிவுகளை எடுக்கவும், ஆபத்துக்களை எதிர்கொள்ளவும், தைரியமாக பேசுபவராகவும் காணப்படவேண்டும்.

  போதகர். கிளாக்ஸன் ஜேம்ஸ்

17. கிறிஸ்தவ தலைவரின் குடும்பம்

தன் பிள்ளைகளை சகல நல்லொழுக்கத்திலும் கீழ்ப்படியப் பண்ணுகிறவராக இருக்க வேண்டும். (1தீமோ.3:4-13)

- ஓர் சிறந்த தலைவர், நல்ல மேய்ப்பனைப் போல கடவுள் தன் பொறுப்பில் ஒப்படைத்துள்ள குடும்பத்தை, திருச்சபையை, நிர்வாகத்தை மற்றும் அதிலுள்ள மக்களை சிறந்த முறையில் ஆன்மீகம் மற்றும் அவர்களின் சரீர வளர்ச்சியில் அக்கறை உள்ளவராய் அவர்களை போஷித்து, காப்பாற்ற வேண்டியது முக்கிய கடமையாகும்.

- கிறிஸ்தவ தலைமைத்துவத்தின் வெற்றிக்கு, தலைவரின் உழைப்பு மட்டுமின்றி அவரின் மனைவி மற்றும் பிள்ளைகளின் ஒத்துழைப்பும் மிக அவசியமான ஒன்றாகும்.

- பிள்ளைகள் ஒவ்வொருவரும் தங்கள் வாழ்வில் உயர்வையும், வெற்றியையும் அடைவதற்கு முதலாவது கடவுள் பக்தி உள்ளவர்களாகவும், பெற்றோரை கனம் செய்கிறவர்களாகவும், பெரியோரை மதிக்கிறவர்களாகவும் காணப்பட வேண்டியது மிக அவசியமாகும்.

இதனை ஆங்கிலத்தில் 3 G'S எனலாம்.

> வெற்றிக்கான மூன்று படிகள்,
>
> **3 KEYS TO SUCCESS (3 G's):**
>
> GIVE REVERENCE TO GOD ALONE
> GIVE RESPECT (HONOR) TO YOUR PARENT
> GIVE RESPECT TO ELDERS.

- கிறிஸ்தவ தலைவரும், அவரது மனைவி மற்றும் பிள்ளைகளும் கர்த்தருடைய சத்தத்திற்கு உண்மையாய் செவிகொடுப்பதும், கீழ்ப்படிவதுமே கடவுளுடைய ஆசிர்வாதத்திற்கு அடிப்படையாகும்.
(True listening and obedience to God's voice is the basis for God's Blessings) உபா. 28:1-14

■ சரீரத்தின் ஒவ்வொரு அவயமும், கடவுள்
தீர்மானித்துள்ள அதினதின் இடத்தில்
இருப்பதுதான், சரீரத்திற்கும் அதன்
அவயங்களுக்கும் தனி சிறப்பு. அவை தன்
இடம் மாறி அமையுமானால் அது நாம் கீழே
காணும் படத்தில் இருப்பதைப்போல்
அலங்கோலமாய், அவலட்சணமாய் இருக்கும்.

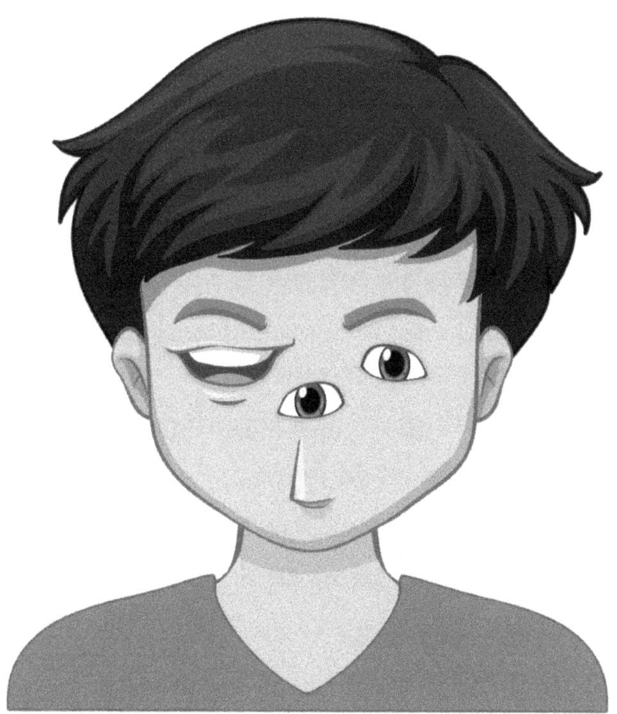

இதைப் போலவே ஒவ்வொரு கிறிஸ்தவ தலைவரும், அவரது
மனைவி மற்றும் பிள்ளைகளும் தங்கள் அழைப்பையும்,
பொறுப்புகளையும், கடமைகளையும் உணர்ந்து தங்கள் பணியை
சிறப்பாக செய்வதே ஒவ்வொரு கிறிஸ்தவருக்கும், கிறிஸ்தவ
தலைவருக்கும் சிறப்பு ஆகும்.

"அவனவன் தான் அழைக்கப்பட்ட நிலைமையிலே
நிலைத்திருக்கக்கடவன்". (1கொரி.7:20)

   போதகர். கிளாக்ஸன் ஜேம்ஸ்

17.1 தலைவர்

- குற்றஞ்சாட்டப்படாதவனும்,

- ஒரே மனைவியையுடைய புருஷனும்,

- ஜாக்கிரதையுள்ளவனும்,

- தெளிந்த புத்தியுள்ளவனும் ,

- அந்நியரை உபசரிக்கிறவனும்,

- யோக்கியதை உள்ளவனும்,

- போதக சமர்த்தனும்,

- பொறுமையுள்ளவனும்,

- சண்டை பண்ணாதவனும்,

- பண ஆசை இல்லாதவனும்,

- தன் சொந்த குடும்பத்தை நன்றாக நடத்துகிறவனும்,

- தன் பிள்ளைகளை சகல நல்லொழுக்கத்திலும் கீழ்ப்படிய பண்ணுகிறவர்களாக இருக்க வேண்டும்.

- புறம்பானவர்களால் நற்சாட்சி பெற்றவனாயிருக்க வேண்டும்.

- மதுபானபிரியராய் இருக்கக் கூடாது.

- அடிக்கிறவனாக இருக்கக் கூடாது.

- இழிவான ஆதாயத்தை இச்சிக்கிறவனாக இருக்க கூடாது.

- இருநாக்குள்ளவனாய் இருக்கக் கூடாது.

- நல்லொழுக்கமுள்ளவர்களாயும், விசுவாசத்தின் இரகசியத்தை சுத்தமனச்சாட்சியிலே காத்துக் கொள்கிறவனாயும் இருக்க வேண்டும்.

- ஒரே மனைவியையுடைய புருஷனாகவும், தன் பிள்ளைகளையும், தன் சொந்த குடும்பங்களையும் நன்றாய் நடத்துகிறவனாகவும் இருக்க வேண்டும்.

- தீயகுணங்கள் காணப்படக் கூடாது - 2தீமோ.3:2-5

- முன் மாதிரியான வாழ்க்கை தேவை - 1தீமோ.4:12; தீத்து 2:7

- நூதன சீஷனாயிருக்கக் கூடாது - 1தீமோ.3:6

- ஒரு நல்ல தலைவர் எப்பொழுதுமே குறை கூறிக்கொண்டு இருப்பதில்லை மாறாக பிரச்சனைக்கு பரிகாரத்தை கண்டுபிடிக்கிறார்.

- குறைவாயிருப்பவற்றை சரிபடுத்த வேண்டும் - தீத்து 1:5

- மற்றவர்களுக்கு ஊழியம் (சேவை) செய்ய மனம் உள்ளவர்களாக இருக்கவேண்டும்.

- பெருமையாக இருக்கக்கூடாது. (அப்.12:21-23)

- பெருமை உள்ளவர்கள் யாரிடமும் ஒத்துப் போகமாட்டார்கள்.

- பெருமை நீங்குவதற்கு வழி மன நோயாளிகளுக்கு உதவி செய்யவேண்டும்.

- மனிதர்கள் நம்மை பாராட்ட வேண்டும் என்று நினைக்க கூடாது.

- தன் ஜீவனை வெறுக்க வேண்டும்.

- உதவிசெய்ய வேண்டும். (1பேது.4:10)

- அன்பினாலே ஒருவருக்கொருவர் ஊழியம் செய்ய வேண்டும். (கலா.5:13)

- மற்றவர்களுக்கு முன்மாதிரி உள்ளவனாக இருக்க வேண்டும். (அப்.20:35)

- கடின உழைப்பு, தாழ்மை போன்ற எல்லாவற்றிலும் மாதிரியை காண்பிக்க வேண்டும்.

▸ **பவுல்** - தன்னை ஒரு திருஷ்டாந்தமாக வைக்கிறார். (2தெச.3:6-9)

▸ நீயே மற்றவர்களுக்கு மாதிரியாயிரு. (தீத்து 2:7)

ஒருவனும் நம்மைக் குறித்து அசட்டைபண்ணாதபடி இருக்க வேண்டும். (1தீமோ.4:12)

- ▸ வார்த்தையிலும்
- ▸ நடக்கையிலும்
- ▸ அன்பிலும்
- ▸ ஆவியிலும்
- ▸ விசுவாசத்திலும்
- ▸ கற்பிலும் விசுவாசிகளுக்கு மாதிரியாயிருக்க வேண்டும்.

பேதுரு - சபைக்கும், மந்தைக்கும் தலைவர் மாதிரியாக இருக்க வேண்டும் என்று கூறுகிறார்.   (1பேது.5:3)

17.2 தலைமைத்துவத்தில் பெண்கள்:

- ▸ நல்லொழுக்கமுள்ளவர்களாகவும்
- ▸ அவதூறு பண்ணாதவர்களாயும்
- ▸ தெளிந்த புத்தியுள்ளவர்களாயும்
- ▸ எல்லாவற்றிலேயும் உண்மையுள்ளவர்களாயும் இருக்க வேண்டும்.

1கொரி.14:34,35; 1தீமோ.2:11,12 ஆகிய வசனங்களின் பின்னணி தெரியாமல் சிலர் அதனை தவறாக புரிந்துகொண்டு சபையில் பெண்கள் போதிக்க அனுமதிக்கிறதில்லை. இது தவறானதாகும். (அப்.18:24-26) ஆகிய வசனங்களில் வேதாகமத்தில் வல்லவனாயிருந்த அப்பொல்லோ என்பவனுக்கு பிரிஸ்கில்லாள் என்ற பெண்மணி மிகத் தெளிவாக வசனத்தை விவரித்து காண்பித்துள்ளார். மிரியாம், தெபொராள், உல்தாள் எஸ்தர் போன்ற பல பெண்கள் சிறப்பாக செயல்பட்டுள்ளதை நமது பரிசுத்த வேதாகமத்தில் நாம் காணமுடியும். மேலும் மரியாள், அன்னாள், லீதியாள், பெபேயாள், பிரிஸ்கில்லாள், மகதலேனாள், தபீத்தாள், சமாரியபெண், திரிபேனாள், திரிபோசாள், பெர்சியாள் போன்ற பல புதிய ஏற்பாடு பெண்களும் இயேசுவுக்கு ஊழியம் செய்தார்கள்.

இயேசு கிறிஸ்து உயிரோடு எழுந்த காட்சியை முதலாவது பார்த்ததும், அந்த அருட்செய்தியை, இவ்வுலகிற்க்கு முதலாவது அறிவித்ததும் ஒரு பெண் என்பதனையும் நாம் மறந்துவிடக் கூடாது. (மகதலேனா மரியாள் - யோவான் 20:1-18).

பெண்கள் வழியாக கூறப்படும் செய்திகளானது மிகவும் வேகமாக சென்றடையும் என்று இயேசுகிறிஸ்து அன்றே அறிந்து தான், தான் உயிரோடு எழுந்த காட்சியை முதலாவது ஒரு பெண்ணுக்கு (மகதலேனா மரியாளுக்கு) காட்சியளித்தாரோ என்று இன்று நமக்கு நினைக்க தூண்டுகிறது.

ஆதி திருச்சபை காலத்தில் கிறிஸ்தவர்கள் யூத ஜெப ஆலயங்களிலும் (Synagogues), வீடுகளிலும் கூடி கர்த்தரை ஆராதித்தார்கள். யூத ஜெப ஆலயத்தில் கடைபிடிக்க வேண்டிய முறைமைகளை அறிந்திராத யூதரல்லாத புறஜாதி பெண்கள், கர்த்தருடைய வார்த்தை பிரசங்கிக்கப்படும் நேரத்தில் அதற்கு இடையூறு ஏற்படும் விதத்தில் பேசுவது, போதிப்பது, அந்நிய பாஷையில் பேசுவது, தீர்க்கதரிசனம் உரைப்பது மற்றும் ஆண்கள் மட்டும் கூடி இருந்து கலந்து ஆலோசிக்கும் ஒரு சபையில் (கூட்டத்தில்) அவர்களின் அனுமதியின்றி அங்கு வந்து அவர்களுக்கு ஆலோசனை மற்றும் போதனை செய்வது போன்ற நிகழ்வுகள் காணப்பட்டது. எனவே இது பெண்களின் அடக்கம், தூய்மை, கடவுள் பக்தி போன்றவற்றிற்கு எதிராக இருக்கிறது என கருதி தான் இது போன்ற இடங்களில் பெண்கள் பேசுவதை வேதாகமம் சில இடங்களில் தடை செய்கிறது.

மேலும் பெண்கள், ஆண்கள் மேல் அதிகாரம் செலுத்தி அவர்களை தங்கள் கட்டுபாட்டிற்குள் வைக்க முயற்சிப்-பதைத்தான் வேதாகமம் தடை செய்கிறதே தவிர பெண்கள் வேதவசனத்தை போதிப்பதை இயேசு கிறிஸ்துவோ அல்லது நமது பரிசுத்த வேதாகமமோ தடை செய்யவில்லை. எனவே பெண்கள் தைரியமாய் கிறிஸ்துவுக்கு ஊழியம் செய்யலாம் மற்றும் கர்த்தருடைய வார்த்தையை பிரசங்கிக்கலாம் என்பதே எனது கருத்து.

17.3 ஏலியின் பிள்ளைகள் (1சாமு.2:12)

ஏலியின் பிள்ளைகள் கர்த்தரை அறியாமலிருந்தார்கள். ஜனங்கள் பலியிடும்படி கொண்டு வந்த பலி பொருட்கள் வெந்து கொண்டு இருக்கும் போது ஒரு ஆயுதத்தினால் குத்தி அதனை தங்களுக்கென்று எடுத்துக் கொள்வார்கள். பலியிடுகிற மனுஷரை நோக்கி பச்சைகறி தா என்று பிடிவாதமாக கேட்பார்கள். ஆசரிப்பு கூடாரத்தில் கூட்டங் கூடுகிற ஸ்திரிகளோடு விபச்சாரம் பண்ணினார்கள்.

17.4 சாமுவேலின் பிள்ளைகள் (1சாமு.8:3)

■ சாமுவேலின் பிள்ளைகள் தங்கள் தகப்பனின் வழியில் நடக்கவில்லை. பொருளாசைக்கு சாய்ந்து பரிதானம் வாங்கி நியாயத்தை புரட்டினார்கள்.

■ நல்லொழுக்கமில்லாத போதகர், அவரின் மனைவி மற்றும் அவரின் பிள்ளைகளின் மூலம் கர்த்தருடைய ஊழியம் சீர்குலைந்து போகும் அபாயம் அதிகம் உண்டு.

■ உண்மையுள்ளவனாக இருக்க வேண்டும்.

■ நாம் எப்படி இருக்கிறோமோ அப்படித்தான் நம் மக்களும், நம் உடன் ஊழியர்களும் இருப்பார்கள்.

■ நம் கைகளிலுள்ள விரல்கள் அனைத்தும் ஒன்றுபோல் இல்லாமல் வேறுபட்டு இருப்பது போல, ஒவ்வொரு கிறிஸ்தவ தலைவரும் பல்வேறு குணாதிசயங்களை கொண்ட தன் குடும்பம், சபை, மற்றும் தான் வசிக்கும் பகுதியை சார்ந்த அனைவரையும் கிறிஸ்துவின் அன்பினால் நேசித்து அவர்களை கிறிஸ்துவின் மேலுள்ள விசுவாசத்தில் நடத்த கடமைப்பட்டுள்ளார்கள். இது ஒவ்வொரு கிறிஸ்தவரும், கிறிஸ்துவிற்கும் அவர்கள் வாழும் சமுதாயத்திற்கும் செய்யவேண்டிய முக்கிய கடமைகளில் ஒன்றாகும்.

18. இழிவாக கருதப்பட்ட தலைவர்

பகுதி-1

இயேசு கலிலேயன் என அழைக்கப்பட காரணம் என்ன?

இயேசுகிறிஸ்து நமது ஆசியா கண்டத்தின் மத்திய பகுதியான இஸ்ரவேல் நாட்டின் தென் பகுதியில் அமைந்துள்ள யூதேயாவிலுள்ள பெத்லகேம் என்னும் ஊரில் பிறந்தார். (யோசேப்பின் வசிப்பிடம் - மீகா 5:2; மத்.2:5; லூக்.2:3-5; மத்.1:20) பிதாவாகிய கடவுளின் சித்தப்படியும், தீர்க்கதரிசிகளால் உரைக்கப்பட்டது நிறைவேறும்படியும் (மத்.2:23; ஏசாயா 53:3) இப்பூமியில் இயேசு வாழ்ந்து வந்த நாட்களில் அதிக காலத்தை அவருடைய தாயாகிய மரியாளின் சொந்த ஊராகிய இஸ்ரவேல் நாட்டின் வட பகுதியிலுள்ள கலிலேயாவிலுள்ள நாசரேத் என்னும் ஊரில் வளர்ந்தார். (லூக்.1:26,27,5,36)

கலிலேயா என்பதற்கு வட்டம், வளையம் (Circle, Circuit, Ring) என பொருள்படும். இப்பகுதி யூதர்கள் மற்றும் புறஜாதிகள் அதிகம் நிறைந்த கலப்பின பகுதியாகும். மேலும் கலிலேயா பகுதியானது இருண்ட பகுதி எனவும் அழைக்கப்பட்டது. (ஏசாயா 9:1) அவ்வாறு அழைக்கப்பட காரணம் என்னவெனில் நியா.1:30,33-ல் குறிப்பிடப்பட்டுள்ளபடி செபுலோன் (Upper Galilee) மற்றும் நப்தலி (Lower Galilee) ஆகிய இரண்டு கோத்திரத்தாரால் துரத்திவிடப்படாத புறஜாதி ஜனங்கள் இப்பகுதியில் அதிகமாய் வாழ்ந்து வந்தார்கள்.

மேலும், 2இரா.15:29-ல் குறிப்பிடப்பட்டுள்ளபடி இஸ்ரவேலர்கள் நிறைந்த வடபகுதியானது அசீரியர்களால் சிறைபிடிக்கப்பட்டு, நாடு கடத்தப்பட்டனர். அதன்பின் இஸ்ரவேலர்கள் வாழ்ந்து வந்த பகுதியில் புறஜாதி ஜனங்கள் அசீரியர்களால் குடி அமர்த்தப்பட்டார்கள். (2இரா.17:24) பின்னர் பாபிலோனின் சிறையிருப்பிலிருந்து திரும்பி வந்த யூதர்கள் அசீரியர்களால் குடி அமர்த்தப்பட்ட புறஜாதி ஜனங்களோடு கலந்து வாழ்ந்தார்கள். இவ்வாறு இஸ்ரவேல் ஜனங்கள் தங்கள்

கடவுளை மறந்தும், அவருடைய உடன்படிக்கையை மறந்தும், எருசலேம் ஆலயத்தை விட்டு தூரமாய் (ஆவிக்குரிய நிலை மற்றும் புவியியல் சார்ந்த அமைப்பு) காணப்பட்டபடியினாலும் தென்பகுதியில் வாழ்ந்து வந்த யூதர்களால் வடபகுதியில் வாழ்ந்து வந்த கலிலேயர்கள் அற்பமாகவும், அருவருப்பாகவும் கருதப்-பட்டார்கள். அதற்கு மற்றொரு காரணம் என்னவெனில், அவர்களின் பேச்சு முறையாகும்.

18.1) கலிலேயர்களின் பேச்சு முறை:

கலிலேயர்களின் பேச்சுமுறை, வார்த்தைகளின் உச்சரிப்பு (Accent) யூதேயா மற்றும் எருசலேம் பகுதியில் வாழ்ந்த மக்களின் சிறந்த பேச்சு வழக்கிலிருந்து வேறுபட்டு இருந்தது. மேலும் அது புரிந்துகொள்வதற்கு கடினமானதாகவும், தெளிவற்றதாகவும் இருந்தது. எனவே அவர்கள் யூத ஜெப ஆலயங்களில் (Synagogue) தோராவை சத்தமாக வாசிக்க அனுமதிக்கப்படவில்லை. இதில் மிகவும் சிறப்பு என்னவெனில், இயேசு தன் வாழ்நாளின் பெரும் பகுதியை கலிலேயாவில் செலவழித்தும் இயேசுகிறிஸ்துவின் பேச்சு மிகத் தெளிவாகவும், சிறப்பாகவும், அனைவராலும் பாராட்டத்தக்கவகையில் காணப்பட்டதோடு (மத்தேயு 7:28,29; லூக்கா 24:19) இயேசுகிறிஸ்துவோடு கூட இருந்த அவரின் சீஷர்களின் பேச்சும் இயேசுவைப் போலவே அதிகாரமுடையதாயும், அனைவராலும் புரிந்து கொள்ளக்கூடியதாயும் காணப்பட்டது.

கலிலேயா பகுதியைச் சார்ந்த பேதுருவும், யோவானும் பேசுகிறதை கேட்ட எருசலேம் நகர மக்கள் அவர்கள் சாதாரண கலிலேயா மக்களைப்போல படிப்பறியாதவர்களாக, பேதைகளாக, புரியாத, தெளிவற்ற பேச்சு பேசாமல் அவர்கள் இயேசுவோடு இருந்தபடியால் இயேசுவின் *சீஷர்களின் பேச்சானது இயேசுவை போலவே தைரியமாகவும், தெளிவாகவும், அதிகம் படித்தவர்களைப்போலவும் இருந்தது. (அப்போஸ்தலர் 4:13) இதற்கு இணையான சம்பவத்தை நாம் பெந்தெகொஸ்தே நாளின் சிறப்பு நிகழ்விலும் காண்கிறோம். (அப்.2:1-11) எனவே, இயேசுகிறிஸ்துவின் சீஷர்களாகிய நாமும் இயேசு கிறிஸ்துவுடன் அதிக நேரம் செலவிடும்போது

(முறையான வேதவாசிப்பு, வேதவசன தியானம் மற்றும் ஜெபம்) நமது வாழ்க்கையில் நாமும் இயேசுவைப் போலவும், அவரின் சீஷர்களை போலவும் வார்த்தையிலும், செய்கையிலும் வல்லவர்களாக முடியும் என்பது நிச்சயம்.

இவ்வாறு யூதர்கள் மற்றும் புறஜாதிகள் நிறைந்த ஆவிக்குரிய இருள் நிறைந்த கலிலேயா பகுதியில் தான் இயேசுவின் தாய் மரியாள் கடவுள் பயத்தேடும் பக்தியோடும் வாழ்ந்தார்கள் என்பது குறிப்பிடத்தக்கது ஆகும் .

மேலும் ஏசாயா 9:1,2-ன் படி

V.1 "...அவர் (இயேசு) கடற்கரையருகிலும், யோர்தான் நதியோரத்திலுமுள்ள புறஜாதியாருடைய கலிலேயாவாகிய அத்தேசத்தைப் பிற்காலத்திலே மகிமைப்படுத்துவார்.

V.2 இருளில் நடக்கிற ஜனங்கள் பெரிய வெளிச்சத்தைக் கண்டார்கள்: மரண இருளின் தேசத்தில் குடியிருக்கிற-வர்களின்மேல் வெளிச்சம் பிரகாசித்தது" என்ற மேற்கண்ட தீரக்கதரிசனத்தின் நிறைவேறுதலாக தேவதூதன் கலிலேயாவிலுள்ள நாசரேத்தில் வாழ்ந்து வந்த மரியாளுக்கு காணப்பட்டு, மரியாள் பரிசுத்த ஆவியினால் கர்ப்பவதியாகி இயேசுவை பெற்றாள். இவ்வாறு இயேசுகிறிஸ்துவினால் நடைபெற்ற ஊழியம் மற்றும் அற்புதங்களால் ஆவிக்குரிய இருள் நிறைந்த கலிலேயாப் பகுதி வெளிச்சம் கண்டது. மேலும் பல அற்புத நிகழ்வுகளால் மகிமைப்படுத்தப்பட்டது. (மத்.4:13-16)

18.2) இயேசுவால் கலிலேயாவில் ஏற்பட்ட சில சிறப்பு நிகழ்வுகள்:

- இயேசு ஞானஸ்நானம் பெறுவதற்கு இஸ்ரவேல் தேசத்தின் வடபகுதியாகிய கலிலேயாவிலிருந்து தான் தென் பகுதியிலுள்ள யோர்தானுக்கு வந்தார். (மத்.3:13)

- இயேசு தன் ஊழிய நாட்களில் கலிலேயாவின் சுற்றுபுறங்களில் தான் அதிக அற்புதங்களையும் செய்தார்.

- இயேசுகிறிஸ்து யூதேயாவிலுள்ள பெத்லகேமில் பிறந்திருந்தாலும், தமது ஊழியத்தை இருண்ட பகுதி என அழைக்கப்பட்ட கலிலேயாவில் தான் ஆரம்பித்தார்.

- இயேசுகிறிஸ்துவின் பன்னிரண்டு சீஷர்களில் (12 அப்போஸ்தலர்கள்) இயேசுவை காட்டிக்கொடுத்த "யூதாஸ்காரியோத்து" தவிர மற்றவர்கள் அனைவரும் கலிலேயா மற்றும் அதன் சுற்றுப்புற பகுதியை சார்ந்தவர்களாகவே காணப்பட்டனர். (அப். 1:11)

- கலிலேயாவிலுள்ள கானா ஊரில் தான் இயேசு தன் முதலாவது அற்புதத்தை செய்தார். (யோவா.2:1)

- கலிலேயாவில் தான் ஐந்து அப்பம் மற்றும் இரண்டு மீன்களை கொண்டு இயேசு ஐயாயிரத்திற்கும் அதிகமானவர்களை போஷித்தார். (யோவா.6:1; லூக்கா 9:10-17)

- பேதுரு, யாக்கோபு, யோவானுக்கு முன்பாக கலிலேயாவிற்கு சற்று தொலைவில் உள்ள எர்மோன் என்ற மலையில் இயேசு மறுரூபமானார். (மத்.17:1-9; மாற்.9:2-9; லூக்கா 9:28-36) (தாபோர் மலையில் இந்நிகழ்வு நடை பெற்றதாக கருதுவோரும் உண்டு)

- உயிர்த்தெழுந்த இயேசு கலிலேயா பகுதியை சார்ந்த திபேரியா கடற்கரையில் ஏழு சீஷர்களுக்கு தோன்றினார். (யோவா.21:1-14) இயேசு மரித்தோரிலிருந்தெழுந்த பின்பு தம்முடைய சீஷருக்கு அருளின தரிசனங்களில் யோவான் சுவிசேஷ புத்தகத்தின்படி இது மூன்றாவது தரிசனம் ஆகும். இங்கு தான் சீஷர்கள் நூற்றைம்பத்து மூன்று பெரிய மீன்களை பிடித்தார்கள்.

- உயிரத்தெழுந்த இயேசு கலிலேயாவில் ஒரு மலையில் பதினொரு சீஷர்களுக்கும் மற்றும் ஐந்நூறுக்கும் அதிகமானோருக்கும் தோன்றினார். (மத்.28:16-20; 1கொரி.15:6; மாற்.16:14-18)

- கின்னரேத் (எண்.34:11), கெனேசரேத் நாடு (மாற்.6:53; மத்.14:34), கெனேசரேத் கடல் (லூக்.5:1), திபேரியாக் கடல் (யோவான் 6:1), போன்ற பெயர்கள் அனைத்தும் நல்ல தண்ணீர் கொண்ட ஏரியாகிய கலிலேயா கடல் மற்றும் அதனைச் சார்ந்த கலிலேயா பகுதிகளையே குறிக்கும். (மத்.4:18)

18.3) இயேசுவையும் அவரின் *சீஷர்களையும்* கல்லாதவர்கள் என அழைக்க காரணம்:

"அப்பொழுது யூதர்கள்: இவர் (இயேசு)
கல்லாதவராயிருந்தும் வேத எழுத்துக்களை எப்படி
அறிந்திருக்கிறார் என்று ஆச்சரியப்பட்டார்கள்".
(யோவான் 7:15)"பேதுருவும், யோவானும் பேசுகிற தைரியத்தை
அவர்கள் கண்டு, அவர்கள் படிப்பறியாதவர்களென்றும்
பேதைமையுள்ளவர்களென்றும் அறிந்தபடியினால்...".
(அப்.4:13)

பொதுவாகவே அனைத்து யூதர்களும் தங்கள் சிறு வயது
முதலே, தங்கள் பெற்றோர் வழியாக சிறந்த இறை கல்வியை
பெற்றிருந்தார்கள். ஆனால் யூதர்கள் இயேசுவையும் அவரின்
சீஷர்களையும் கல்லாதவர்கள் என அழைக்க காரணம்
என்னவெனில், அவர்கள் அப்போஸ்தலனாகிய பவுலைப் போல்
கமாலியேல் போன்ற சிறந்த யூத ரபிமார்களிடத்தில்
(போதகர் / பண்டிதர்) நியாயப்பிரமாணத்தை (Torah / Tanakh)
கற்று கொள்ளாததினாலேயே ஆகும்.

19. இழிவாக கருதப்பட்ட தலைவர்

பகுதி-2

இயேசு நசரேயன் என அழைக்கப்பட காரணம் என்ன?

> ▸ மத்தேயு 2:23, 26:71; மாற்கு 1:24, 10:47, 14:67, 16:6,
> லூக்கா 4:34, 18:37, 24:19.

> ▸ யோவான் 1:45,46, 18:5,7, 19:19;
> அப்.2:22, 3:6, 4:10, 6:14, 10:38, 22:8, 24:5, 26:9.

■ மரியாளின் பட்டணம் நாசரேத்து ஆகும் (லூக்கா 2:39). நாசரேத் கலிலேயாவின் ஒரு பகுதி. இது எந்த ஒரு முக்கியத்துவமும் இல்லாத சிறிய பட்டணம் (யோவா. 1:45-46). நசரேயன் என்பது முக்கியத்துவம் இல்லாத நாசரேத்தூரைச் சேர்ந்த ஒருவரைக் குறிப்பிடுகிறது. இயேசுவை நசரேயன் என்று அழைப்பதன் மூலம் கிறிஸ்து எல்லாராலும் தள்ளப்படுவார் என்ற தீரக்கதரிசிகளின் வாக்கு நிறைவேறியது (சங்.22:6; ஏசாயா 53:3). சில எபிரேய மொழி அறிஞர்கள் "நசரேயன்" என்ற பெயரை 'கிளை'என்று பொருள்படும் எபிரெய வார்த்தையான 'நெத்சர்'வுடன் தொடர்புபடுத்துகின்றனர். இது மேசியாவின் பெயர்களில் ஒன்று (ஏசாயா 11:1).

■ கிறிஸ்துவை அடையாளப்படுத்துகிற கிளை என்று குறிக்கப்பட்டுள்ள வார்த்தை, தாவீதின் தகப்பனாகிய ஈசாயின் அடிமரத்திலிருந்து வரும் ஒரு குருத்து. இயேசு பிறந்த நேரத்தில் தாவீதின் சிங்காசனம் கவிழ்க்கப்பட்டிருந்தது. தாவீதின் இராஜரீகத் தண்டு துண்டிக்கப்படிருந்தது என்பதே இதன் அர்த்தம். இப்போது ஈசாயின் அடிமரத்திலிருந்து ஒரு புதிய குருத்து வெளி வந்து, அவனது வேர்களிலிருந்து வளர்ந்தது. இந்தக் குருத்தின் முளைவிடுதலும், வளர்ச்சியும், ஒரு தாழ்மையான சூழ்நிலையில் இருந்தன. இயேசு ஓர் அங்கீகரிக்கப்பட்ட கௌரவமிக்க இராஜரீக இல்லத்தில் பிறக்கவில்லை, அவர்

எருசலேம் போன்ற ஒரு புகழ் பெற்ற நகரத்தில் வளரவும் இல்லை. மாறாக அவர் ஓர் ஏழ்மையான குடும்பத்தில் பிறந்து, இழிவாகக் கருதப்பட்ட ஒரு நகரத்தில் வளர்ந்தார்.

மத்.2:23ல் கூறப்பட்டிருப்பது, சங்.22:6; ஏசாயா 53:32 ஆகிய வசனங்களின் நிறைவேறுதலாக இயேசு அசட்டைப் பண்ணப்பட்டவராக, புறக்கணிக்கப்பட்டவராக அவரை ஒரு நாசரேத்து ஊரானாக, ஒரு கிளையாக (குருத்து) ஆக்கியது. இதில் கிளை என்பது ஒரு கம்பீரமான மரத்தின் ஓர் உயர்வான கிளையாக அல்ல, மாறாக தோற்றத்திற்கு முக்கியத்துவமற்ற ஈசாயின் அடிமரத்திலிருந்து வரும் குருத்தாக இயேசுவை குறிப்பிடுகிறது.

எனவே தான் இப்பகுதியில் (கலிலேயா) வாழ்ந்த, வளர்ந்த இயேசுவை இழிவாக அடையாளப்படுத்த வேண்டும் என்ற நோக்கத்தோடு அவரை கலிலேயன் என்றும், நாசரேத்தூரான் என்றும் அழைத்தார்கள். மேலும் இயேசு இஸ்ரவேல் தேசத்தின் தென் பகுதியாகிய யூதேயாவில் பிறந்து, யூதேயாவில் மரித்திருந்தாலும் அவர் தன் ஊழியத்தின் பெரும் பகுதி நாட்களை புறஜாதிகள் அதிகம் நிறைந்த இஸ்ரவேலின் இருண்ட பகுதியாக காணப்பட்ட வட இஸ்ரவேலின் கலிலேயா பகுதியில் தான் அதிகம் செலவிட்டார் என்பதிலிருந்து கடவுள் புற ஜாதிகளையும் அதிகம் நேசிக்கிறார் என்பதை இது காட்டுகிறது.

■ இயேசு நசரேயன் என்பதற்க்கும், நசரேய விரதத்துக்கும் எந்த தொடர்பும் இல்லை. (எண்.6:7,8)

20. இவ்வுலகிற்கு இத்தகையத் தலைவர்கள் தேவை...

- கிறிஸ்தவ தலைமைத்துவம் என்பது, தான் வாழும் மக்கள் கூட்டத்தின் தேவையை (Needs) அறிந்து, அந்த தேவையை பூர்த்தி செய்வதற்கான வழியையும் (Vision) தெரிந்திருந்து, அந்த தேவையை சந்திக்க ஒருவர் தன்னை அர்ப்பணித்து (Dedication) செயல்படுவாரானால் அதுவே சிறந்த கிறிஸ்தவ தலைமைத்துவம் ஆகும். இவ்வித தலைமைத்துவ பண்பு ஒருவருக்குள் இருக்கும் போது அவரே சிறந்த கிறிஸ்தவ தலைவர் ஆவார். மேலும் இவ்வித உயர்பண்பை காண்கிற பலர் பின்னாட்களில் அவரை பின்பற்றுவார்கள் (Followers) என்பது உறுதி.

- ஒருவர் தனக்கு எந்த ஒரு பின்பற்றுகிறவர்களும் (Followers) இல்லாமல் இருந்தாலும் கூட, சிறந்த தலைமைத்துவ பண்பு உடையவராக காணப்பட முடியும். அதற்கு மாறாக பின்பற்றுகிறவர்கள் அநேகர் இருந்தால் தான் ஒருவர் தலைவர் ஆக தகுதிப்பெற்றவர் என கூறுவது தவறானதாகும்.

- பாரமான சிலுவையை சுமக்க ஒருவர் தடுமாறுவதை பார்த்த இச்சிறுமி உதவ முயற்சிக்கும் செயல் தலைமை பண்புக்கு ஒர் சிறந்த உதாரணமாகும்.

- ஒருவரை சரியான வயதில், சரியான நேரத்தில், அதாவது ஒரு குழந்தை சிறு வயதாயிருக்கும் போதே (2 வயது) அக்குழந்தையை தலைமைத்துவ பண்புக்கு உற்சாகபடுத்தி அதற்கான வாய்ப்புகளை கொடுத்துவந்தால் அக்குழந்தை தனது சிறு வயதிலேயே தலைமைத்துவ பண்புகளில் சிறந்து விளங்கும் என்பது உறுதி.

- திரளான மக்கள் ஒருவரை பின்பற்றுகிறார் என்பதினால் அவர் சிறந்த தலைவர் என்றோ அல்லது பின்பற்றும் திரள்கூட்ட மக்கள் அந்த தலைவரையும், அவரின் கொள்கைகளையும் முழு மனதாய் ஏற்றுக் கொண்டுவிட்டார்கள் என்றோ அல்லது அந்த தலைவரை அங்கீகரித்துவிட்டார்கள் என்றோ அர்த்தம் இல்லை. ஆகாரத்திற்காகவும் மற்றும் பற்பல ஆதாயங்களுக்காகவும் தங்கள் சொந்த விருப்பங்களை அடையவுமே பலர் ஒரு தலைவரை பின்பற்றவும் கூடும். (யோவா.6:26)

- கடவுள் தலைமைத்துவ பணிக்கென அழைப்பது உறுதி என்று ஒருவருக்கு தெரிந்தால், அவர் நம்மை பின்பற்ற தற்போது எத்தனை நபர்கள் இருக்கின்றார்கள் என யோசிக்காமல் கடவுளின் அழைப்பிற்கு உடனே அர்ப்பணிப்பதே சிறந்ததாகும்.

 போதகர். கிளாக்ஸன் ஜேம்ஸ்

முடிவுரை 

முட்செடியின் தலைமைத்துவம்

நியாயா.9:7-15

ஒலிவமரம், அத்தி மரம் மற்றும் திராட்சைச் செடி போன்றவற்றிற்கு போதிய தலைமைத்துவ திறமைகள் இருந்தும் தலைமைத்துவத்தை ஏற்றுக்கொள்ள விருப்பமோ அர்ப்பணிப்போ இல்லை.

எனவே, முட்செடி தலைமைத்துவத்தை ஏற்று கொண்டது ஆனால் முடிவோ அழிவுக்குரியதாயிற்று. எனவே தலைமைத்துவத்தை ஏற்க இன்று சிறந்த கிறிஸ்தவ தலைவர்களாகிய நாம் மறுத்தால் தகுதியற்றவர்களின் கையில் அது கிடைக்கப்பெற்று பெருத்த சேதம் ஏற்பட வாய்ப்பிருக்கிறது. எனவே கிறிஸ்துவுக்குள் நாம் ஒவ்வொருவரும் நம்மிடம் ஒப்படைக்கப்பட்ட தலைமைத்துவத்தில் சரியாய் செயல்பட நம்மை அர்ப்பணிப்போமாக.

நல்ல தலைவர்கள் தலைமைத்துவத்திற்கு வரதாமதிக்கும்போது தீயவர்கள் தலைமை பொறுப்பை ஏற்று மக்களை தவறான திசையில் நடத்துகிறார்கள். எனவே, தலைமை பொறுப்பை ஏற்று சிறந்த மற்றும் நல்ல தலைவராக விளங்க வேண்டியது ஒரு பொறுப்புள்ள தலைவரின் மிக முக்கியமான கடமையாகும்.

"என்னைப் பெலப்படுத்துகிற கிறிஸ்துவினாலே எல்லாவற்றையுஞ்செய்ய எனக்குப் பெலனுண்டு". பிலி.4:13

குறிப்பு:

மிகச் சரியான புரிந்துகொள்ளுதலுக்கு வேத வசனங்கள் குறிப்பிடப்பட்டுள்ள இடங்களில் உள்ள வசனங்களை பரிசுத்த வேதாகமத்தை திறந்து வாசிக்கவும்.

 போதகர். கிளாக்ஸன் ஜேம்ஸ்

REFERENCES: PART 2

Alder Harry.
(1998)
Think Like A Leader.
Mumbai: Magna Publishing Co.LTD.

Blanchard Ken & Hodges Phil.
(2005)
Lead Like Jesus.
Nashville: Thomas Nelson Publishers.

Fernando Ajith.
(1988)
Leadership Lifestyle.
Mumbai: Gospel Literature Service Publishing.

Haggai John.
(1986)
Lead On.
Waco: Word Books.

Henderson Mike.
(2007)
Making Disciples -
One Conversation at a Time.
Kansas: Beacon Hill Press.

Lee. P.K.D.
(2013)
Leading Through Service.
Mumbai: Gospel Literature Service Publishing.

Maxwell C John.
(2011)
(Tamil) Developing The Leader Within you.
Chennai: Manjul Publishing House Pvt. Ltd.

Miller Calvin
(1997)
The Empowered Leader:
10 Keys to Servant Leadership.
B&H Academic publisher.

Nanus Burt & Bennis Warren.
(1985)
Leaders: The Strategies for Taking Charge.
New York: Harper & Row.

Sanders Oswald J. (2007)	**Spiritual Leadership.** Chicago: Moody Publishers.
Smalling Roger.	**Christian Leadership:** Principles & Practice. U.S.A.
Stanley Charles. (1995)	**The Wonderful Spirit-Filled Life.** Nashville: Thomas Nelson Publishers.
Stott John. (2006)	**Basic Christian Leadership. Biblical Models of Church, Gospel and Ministry.** INTERVARSITY PRESS.
Swindoll Charles. (2009)	**Jesus: The Greatest Life of All.** Nashville: Thomas Nelson Publishers.
Valliappan S. (2008)	**Sirandha Nirvagi Aavadhu Eppadi ? - Tamil.** Chennai: New Horizon Media Pvt. Ltd.
Warner Marcus / Jim Wilder. (2016)	**Rare Leadership.** Chicago: Moody Publishers.
Wiwcharuck Peter. (1987)	**Building Effective Leadership.** Canada: International Christian Leadership Development Foundation, Inc.

https://www.bibleinfo.com/en/questions/who-were-twelve-disciples

www.ingramcontent.com/pod-product-compliance
Lightning Source LLC
Chambersburg PA
CBHW040803120726
48005CB00012B/1282

9 798889 415419 0